हे मृत्यो, तुझे भले होवो...!

एका मातेची मृत्यूशी झुंज

एस. एल. कुलकर्णी

सकाळ प्रकाशन

सकाळ प्रकाशन

He Mrutyo Tuze Bhale Hovo...!

हे मृत्यो, तुझे भले होवो...!

प्रथम आवृत्ती	:	नोव्हेंबर २०२३
प्रकाशक	:	सकाळ मीडिया प्रा. लि. ५९५, बुधवार पेठ, पुणे ४११ ००२
मुखपृष्ठ	:	शुभ्रशंकर साधू
मांडणी	:	अभिजीत गायकवाड
मुद्रणस्थळ	:	
ISBN	:	978-93-95139-82-3
संपर्क	:	०२०-२४४० ५६७८ / ८८८८८ ४९०५० sakalprakashan@esakal.com

वाचनाचे बीज माझ्या हृदयापर्यंत
खोलवर रुजवणाऱ्या
माझ्या आईस...

मनोगत

जी. ए. कुलकर्णी यांची 'भेट' ही कथा शालेय अभ्यासक्रमाचा भाग म्हणून प्रथम वाचनात आली. (ही कथा त्यांच्या 'सांजशकून' या कथासंग्रहात समाविष्ट आहे.) प्रथम वाचनात त्यातील भाषाशैलीच्या कळा आणि मूळ गाभा कितपत माझ्यापर्यंत पोहोचला, हे आता सांगता येणार नाही. पण बुद्ध, अश्वत्थामा यांनी माझ्या मनात घर केले. जीएंचे सर्व कथासंग्रह विकत घेऊन वाचून काढले. पुढे इंजिनिअरिंगच्या पहिल्या दुसऱ्या वर्षाला असताना कधीतरी गोतमी आणि मृत्यूचा स्पर्श न झालेल्या घरातील मोहरीच्या शोधाची बोधकथा माझ्यापर्यंत आली. त्यातील 'मृत्यू' कसा अटळ आणि सर्व व्यापी आहे, याचे आकलन झाले. या कथेतील नायिका त्या नगरातील सामान्यजनांच्या घरी मोहरी मागत फिरते. हे तिचे मोहरी मागत फिरणे आणि अश्वत्थामाचे भळभळती जखम सांभाळत तेल मागणे यांतील साम्यामुळे दोन्ही गोष्टी पुन्हा जुळल्या.

माझ्या मनामध्ये वेगळीच कथा रुंजी घालू लागली होती. मात्र त्यात आलेले बुद्ध हे गोतमीशी कसा संवाद साधतील, आपले तत्त्वज्ञान सांगतील, या मुद्द्यावर अडखळलो. बुद्धांविषयी जे-जे मिळेल, ते-ते वाचत गेलो. त्याच टप्प्यात डॉ. बाबासाहेब आंबेडकरांचे 'बुद्ध आणि त्यांचा धम्म' हे पुस्तक विकत आणले. त्यातून बुद्धाचे जीवनचरित्र, त्याचे तत्त्वज्ञान आणि अन्य कथा समोर येत गेल्या. वेगवेगळे वाचन सुरू असल्यामुळे हळूहळू बुद्ध उलगडत गेला. बुद्धाचे तत्त्वज्ञान विशेषतः देव, आत्मा व अन्य बाबींविषयी स्पष्टता येत गेली. आणि माझ्या मनात रुंजी घालणारी कथा ज्याप्रकारे पुढे जात होती, तिचा पायाच डळमळीत होत असल्याचे जाणवले. कारण अनुत्तरित राहणाऱ्या अशा असंख्य प्रश्नांना बुद्ध कधीही उत्तरे देत बसत नाही. पुन्हा एकदा कथा थोडीशी बाजूला पडली. त्या निमित्ताने सुरू झालेले मूलभूत आध्यात्मिक पुस्तकांचे वाचन सुरूच राहिले. मग ते केवळ बुद्धापर्यंत राहिले नाही. त्यांच्यानंतर आलेल्या

मनाविषयी सखोल सांगणारा पण पुढे ही बुद्धाच्याच काळातील कथा असल्यामुळे त्यांच्या तत्त्वज्ञानाचा कथेमध्ये वापरता येणार नसल्याचे लक्षात आले. पण एकातून दुसरे असे वाचन सुरूच राहिले. हिंदू धर्मातील वेगवेगळ्या तत्त्वांचा मुळातून अभ्यास सुरू झाला. उपनिषदांचा अभ्यास सुरू असताना 'कठोपनिषदा'मध्ये पुन्हा नचिकेत भेटला. हा बालक चक्क मृत्यूच्या देवतेला भेटून त्याच्याकडून ज्ञान घेऊन येतो. केवळ अश्वत्थामाच कशाला, त्याच्याप्रमाणेच अमर असलेले अन्य सहा चिरंजीवही भेटले. त्यांची प्रत्येकाची एक कहाणी होती. या अमर व्यक्तींचा गोतमीने मोहरीसाठी पदर पसरला तर नक्कीच मोहरी मिळेल. मग बुद्ध काय करतील? कारण अन्य प्रेषितांप्रमाणे बुद्ध हे चमत्कार करणारे नाहीत. भूत आणि भविष्यापेक्षा वर्तमानावर लक्ष केंद्रित करण्यास सांगणारा बुद्ध एका बाजूला आणि भूत-भविष्यामध्ये कुठेही कसेही फिरणारे तत्त्वज्ञान दुसऱ्या बाजूला असे द्वंद्व सुरू झाले.

म्हणजे कितीही अभ्यास झाला तरी कथा अजूनही अडलेलीच!

आध्यात्मिक वाचनामुळे शरीर व त्यांच्याशी निगडित भावभावना या फारशा महत्त्वाच्या नाहीत, हे जाणवले. अमरत्वाची महती सांगणाऱ्या एका संकल्पनेशी माझे विचार गुंतले होते.

आपल्या शरीरापेक्षा, जीवापेक्षा जगात काहीही महत्त्वाचे नाही, याचा एक साक्षात्कार मला झाला. त्यासाठी घडले असे की, वडगाव येथील माझ्या शेताकडून घरी सासवडकडे येताना महामार्गावर माझ्या दुचाकीला अपघात झाला. या अपघातामध्ये लांबलचक ट्रक एका बाजूला आणि दुसऱ्या बाजूला वेगाने येणारी एसटी या दोघांच्यामध्ये माझ्या दुचाकीचा बॅलन्स गेल्यामुळे मी पडलो. दोन्ही बाजूने धडधडत गेलेल्या चाकांच्या मध्ये अगदी काही सेकंदांच्या फरकाने माझा जीव वाचला. संपूर्ण शरीराला मुका मार लागला असला, तरी थोडक्यात जीव वाचला होता. मी बराच काळ थरथरत होतो.जीव महत्त्वाचा असल्याची जाणीव मला झाली होती.

दरम्यान उत्तम सिनेमांच्या शोधात असलेल्या माझ्या पाहण्यात रजत कपूर दिग्दर्शित 'आंखो देखी' हा सिनेमा आला. केवळ डोळ्यांनी पाहिलेल्या गोष्टींवरच विश्वास ठेवायचा, या टप्प्यापर्यंत पोहोचलेले 'बबुआ' हे पात्र संजय मिश्रा यांनी सिनेमामध्ये उत्तमपणे रंगवलेले आहे. त्याचा विचार अत्यंत टोकाचा, पण त्याच वेळी बुद्धापेक्षा वेगळा होता. कारण बुद्ध वर्तमानावर विश्वास ठेवत असले तरी भारतीय परंपरेतील तर्कशास्त्राचा आधार आवश्यक तिथे ते नक्की घेतात.

माझी कथा आध्यात्मिक विचाराच्या पगड्यापासून थोडे दूर राहत सर्व गोष्टींकडे

तटस्थपणे पाहण्याची गरज व्यक्त करत होती. त्याची मी हळूहळू सवय करत गेलो. केवळ विश्वास ठेवण्यापेक्षा प्रत्येक गोष्टीला प्रश्न विचारण्याची सवय मला लागली. या सवयीमुळेच असेल कदाचित पण माझ्या मनात उमटणाऱ्या प्रश्नांची उत्तरे शोधण्याची माझी धडपड अधिक तीव्र झाली. दरम्यानच्या काळामध्ये विपश्यनेचे अकरा दिवसांचे एक शिबिरही केले.

त्यात वर्तमानात केवळ आपल्या श्वासासोबत राहण्याचा व केवळ शरीरावर लक्ष केंद्रित करण्याचा अभ्यास काही प्रमाणात झाला. एखाद्या शरीरातील 'शुद्ध चेतनेचे (absolute consciousness) आगमन', 'तिचा जीवनभर प्रवास' आणि 'त्या शरीराला सोडून जाणे', या तीन वेगवेगळ्या गोष्टी आहेत. मात्र त्याविषयी वेगवेगळे धर्म आपापल्या पातळीवर एक स्पष्टीकरण देऊ पाहतात. ज्या प्रमाणे धर्मातील अनेक बाबींवर कोणताही विचार न करता विश्वास ठेवतो, त्याचप्रमाणे या स्पष्टीकरणांवर विश्वास ठेवणारे त्या धर्माचे पाईकही मोठ्या प्रमाणात होते, आहेत आणि राहतील. त्यामुळे धर्मांनी शुद्ध चेतनेविषयी आपापले ठोकताळे ठरवलेले आहेत. त्यातूनच द्वैत, विशिष्टाद्वैत, द्वैताद्वैत, अद्वैत असे अनेक तत्त्वज्ञान विचार पुढे येत गेले. यातील प्रत्येकाचे आपले एक म्हणणे आहे.

हळूहळू प्रगत होत आजच्या २१व्या शतकातील विज्ञान हे धर्मातील अनेक बाबींना नाकारत आहे. अगदी मेंदू आणि मज्जारज्जू यांतील वैज्ञानिक शाखा कितीही प्रगत झाल्या असल्या तरी एखाद्या सजीवामध्ये शुद्ध चेतना नक्की येते कशी, कधी आणि नेमकी कोठे जाते, याविषयी अजूनही ठोस पुरावे देऊ शकलेले नाहीत. त्याला शास्त्रीय भाषेमध्ये 'हार्ड प्रॉब्लेम ऑफ कॉन्शयसनेस' म्हणतात. याच नावाने ऑस्ट्रेलियन शास्त्रज्ञ आणि विचारवंत लेखक डेव्हिड कॅलमर्स (David Chalmers) यांचे एक पुस्तकही १९९५मध्ये प्रकाशित झाले होते. त्यानंतर अठरा वर्षे झाली तरी अद्यापही शास्त्र याच बिंदूभोवती घुटमळताना दिसत आहे.

उपनिषदे, रामायण, महाभारत आणि पुराणे यातून 'आत्मा' ही संकल्पना मांडलेली दिसून येते. यात आत्मा अमर असून, तो त्याच्या इच्छेनुसार एखादे शरीर धारण करतो, त्यात ठराविक काळ निवास करतो आणि एका विशिष्ट टप्प्यावर देह सोडून निघून जातो. पुढे पुन्हा दुसरा देह धारण करण्याची म्हणजे पुनर्जन्माची संकल्पनाही अनेक संस्कृतींमध्ये स्वीकारली जाते. पण मृत्यूच्या जबड्यात गेलेली व्यक्ती पुन्हा त्याच शरीरात माघारी येण्याच्या घटना दिसत नाहीत.

त्यातल्या त्यात हिंदू धर्मातील कथात्मक साहित्यात मृत्यूला धडक देऊन आलेली

नचिकेत (स्वतः) आणि सत्यवान (हा सावित्रीमुळे) ही दोन माणसे स्पष्टपणे दिसून येतात. आत्मा अमर आहे, हे तत्त्व हिंदू धर्मामध्ये अतिसामान्यांपर्यंत पसरलेले असले तरी आहे त्याच शरीरात अमर राहिल्याचा उल्लेख असलेले सात चिरंजीवही आपल्याला वेगवेगळ्या काळात दिसून येतात. त्यांच्याशी, नचिकेतशी, वाल्मिकी ऋषी, सावित्री यांच्याशी चर्चा करणारी प्रश्न विचारणारी गोतमी ही तशी अडाणी आणि घरामध्ये अडकून पडलेली स्त्री त्यामुळे तिच्याकडून प्रत्येकाला विचारले जाणारे प्रश्न हे फार तात्त्विक नक्कीच असणार नव्हते. ते साधेच पण मूलभूत असण्याची गरज होती. प्रत्येक प्रश्नांचे उत्तर वरवर देऊन चालणार नव्हते. तेही त्या-त्या व्यक्तीच्या तत्त्वज्ञानाच्या विपरीत असून चालणार नव्हते. त्याच वेळी असे प्रश्न त्यांच्या आयुष्यात आले तर ते काय उत्तर देतील, यासाठीही शोध सुरू होता. त्यांच्यातील वादविवाद कोणत्याही क्षणी अनावश्यक कर्कश्श होणार नाही, हेही पाहायचे होते.

माझ्या विचारांमध्ये अनेक पातळीवर ही कथा सुमारे २० वर्षांपेक्षा जास्त घोळत राहिलेली आहे. वेगवेगळ्या टप्प्यांवर तिचे असंख्य खर्डे झाले आहेत. प्रसंगाची उलटापालट झालेली आहे. सकाळ प्रकाशनाचे व्यवस्थापक आशुतोष रामगीर व कार्यकारी संपादिका दीपाली चौधरी यांचा 'आपण फारसे कथात्मक साहित्य प्रकाशित करत नसल्याचे सांगत' आधी मिळालेला नकार, कथा आवडल्यानंतर होकारामध्ये बदलला हे नक्कीच आनंददायी होते. या लघुकादंबरीसाठी मी चित्रेही काढली आहेत. पुस्तक काही कारणाने रखडल्यानंतरही माझ्याइतक्याच किंबहुना माझ्यापेक्षा अधिक संयमाने घेणाऱ्या या सर्वांचे आभार कसे मानावेत, हे मला कळत नाही. कदाचित त्यांचे हे ऋण माझ्यावर कायम राहील.

आपल्या मुलाला मृत्यूच्या दाढेतून आणण्यासाठी एका मातेने जिवाच्या आकांताने केलेली धडपड सांगणारी ही कथा. त्यात कितीही तत्त्वज्ञान आले असले, तरी ती मातृत्वाची अनोखी कहाणीच असणार आहे. ती आज आपल्यासमोर सादर करत आहे. या कथेत वेगवेगळ्या काळातील असंख्य व्यक्ती आणि तत्त्वे, तत्त्वज्ञान आले असले तरी त्यामागील मूलभूत विचार माझा स्वतःचा आहे. त्यामुळे तुम्हा वाचकांना संपूर्ण वेगळाच विचार, दृष्टिकोन देणारी गोतमी आणि तिची कथा नक्कीच आवडेल, अशा आशा वाटते.

- **एस. एल. कुलकर्णी**

अनुक्रमणिका

हे मृत्यो, तुझे भले होवो...!

त्या एका घटनेने गोतमी तिस्साचे आयुष्यच एका क्षणात बदलून गेले. कोणत्याही स्त्रीच्या आयुष्यामध्ये ठराविक टप्पे असतात, ते पार पडले की आयुष्य सार्थकी लागले, असे मानले जाते. ही सार्थकता ज्या मुलाच्या जन्माने तिच्या आयुष्यामध्ये आणली होती, तोच तिच्या खांद्यावर बेशुद्धावस्थेत निपचित पडला होता. त्याच्या मुखातून फेस येत होता. नागदंशाने मरणपंथाला लागलेल्या आपल्या मुलाला वाचवण्यासाठी तिचा प्राणांतिक संघर्ष सुरू होता. तिच्या लहानग्याने खेळता-खेळता नागाला पकडले होते. नागाने त्वेषाने दंश करूनही त्याची नागावरील पकड शेवटपर्यंत ढिली झाली नव्हती. अगदी त्या नागाने पाच ते सहा वेळा दंश करून संपूर्ण विष त्याच्या शरीरात सोडले होते; तरीही नाही. नाग मात्र फणा काढून अनेकवेळा जमिनीवर आपटला गेल्याने मलूल झाला होता. जणू त्या लहान मुलाने महाविक्राल मृत्यूलाच घट्ट धरून ठेवले होते. मात्र, एखाद्या कसलेल्या मल्लासमोर अगदीच नवखा, नवशिका खेळाडू उभा ठाकल्यावर जी गत होते, जो चोळामोळा होतो, तीच गत त्याचीही झाली होती. इथे समोर कुणी साधारण मानवी मल्ल नव्हता, तो होता; सर्व विश्वाला व्यापून उरणारा महाकाय मल्ल. सर्वसामान्य कुस्तीतील नियम ठरलेले असतात. इथे या लढाईमध्ये मात्र केवळ मृत्यूच्या बाजूचे नियम चालतात. अशा गलितगात्र मुलाला खांद्यावर घेऊन गोतमी वैद्याकडे निघाली होती.

श्रावस्तीमध्ये सामान्य कुळातील गरीब घरात जन्माला आलेल्या मुलीला केवळ नशिबाने बऱ्यापैकी श्रीमंत सासर मिळाले होते. गर्भारपणामध्ये तिच्या मातेच्या जेवणखाण्याच्या झालेल्या आबाळीमुळे जन्मतः अशक्त असलेल्या गोतमी तिस्साने बाळसे कधी धरलेच नाही. तिच्या अत्यंत लुकड्या शरीरामुळे तिच्या नावातील तिस्साचे रूपांतर किस्सामध्ये, पुढे त्याचाही अपभ्रंश होत गोतमी किसा कधी होऊन गेले ते कळलेच नाही. नवी सून म्हणून आलेल्या गोतमीच्या वाट्याला सासूचा जाचही तितकाच आला. नाही म्हणायला

सुरुवातीला आपल्या हडकुळ्या सुनेपासून वंशाची वेल पुढे जाणार म्हणून चांगलेचुंगले खाण्याकडेही सासूने बारकाईने लक्ष पुरवले. वर्षामागून वर्षे सरूनही गोतमीमध्ये वंशाचा अंकुर रुजत नसल्याचे लक्षात आल्यावर तिच्या छळाला कोणतीही सीमा राहिली नाही. अगदी लेकाच्या मागे दुसऱ्या लग्नासाठी लकडा सुरू झाला होता. चारचौघांत बोलताना, 'या वांझ बाईने माझ्या लेकाच्या आयुष्याचे वाटोळे केले, त्याच्या सद्‌गती मार्गात अडथळे आणले,' या वाक्याने सुरुवात किंवा शेवट झाल्याशिवाय बोलणे पूर्ण होत नसे.

श्रावस्ती तुलनेने मोठ्या लोकवस्तीचे गाव येथील अभिजनांची भाषा संस्कृत असली तरी सर्वसामान्यांची भाषा मात्र पाली होती. गाव मोठे असले तरी बहुतेकजण

एकमेकांना ओळखत. त्यामुळे गोतमी साऱ्यांच्या सहानुभूतीचा विषय बनून राहिली होती. पुत्रप्राप्तीसाठी औषधांच्या मात्रा, उपासतापास, नवससायास याला कोणतीही सीमा राहिली नाही. अखेरीला चौदा वर्षांच्या वनवासाचा अंत झाला. कोणत्या देवतेच्या कृपेने किंवा औषधाच्या मात्रेने गुण आला ते कळले नसले, तरी तिला गर्भ राहिला. दिवस पालटले. वंशवेल पुढे जाणार, या आनंदात पुन्हा तिची काळजी घेतली जाऊ लागली. लहानपणापासून भोगलेल्या सततच्या दुःखामध्ये, उपासमारीमध्ये पोटभर, चांगलेचुंगले जेवण तिच्या पदरी आले. पुत्राच्या आगमनाने सुखामध्ये भर पडली. नाही म्हटले तरी घरामध्ये तिच्या शब्दांची थोडीबहुत कदर होऊ लागली.

इतक्या नवससायासाने झालेल्या मुलाची काळजी ती जीवापाड घेत असे. हातातले सारे काम टाकून ती त्याच्याकडे लक्ष देत असे. थोडा वेळ तो दिसला नाही तर तिच्या जिवाची उलघाल होत असे. खेळायला टाकलेल्या लहानग्याच्या मागून अवचित आलेल्या नागाने आज घात केला. गोतमीच्या आयुष्याचा आधार असलेल्या लेकाला मरणपंथाला लावले होते. गोतमी वैद्याच्या घराकडे वेगाने धावत पोहोचली. वैद्यांनी मुलाची अवस्था पाहिली, नाडी तपासली. लक्षणांचा अंदाज घेतला. मुलगा गेल्यातच जमा होता. नागाचे जहाल विष संपूर्ण शरीरात भिनले होते. मुलाचे शरीर काळेनिळे पडले होते. ठोके सुरू असले तरी त्या रक्ताच्या प्रवाहासोबत विष सर्वत्र पसरत चालले होते. एकेक अवयव निकामी होत होता. त्यातच श्रावस्तीच्या टोकाला असलेल्या वैद्याच्या घराकडे येईपर्यंत बराच काळ लोटला होता. कितीही अनुभवी, कुशल वैद्य असला तरी अशा स्थितीमध्ये काय करणार? तसेही कोणत्याही औषधांची मात्रा मृत्यूवर चालत नाही. त्यामुळे मृत्यू या अंतिम सत्याचा वैद्यानेही या क्षणी मनोमन स्वीकार केला. तिच्यासह आलेल्या माणसांनाही मृत्यू नंतरच्या विधीची तयारी करण्याचे अस्पष्ट संकेत दिले.

मातेचे हृदय मात्र मृत्यूचे हे सत्य स्वीकारण्यास अद्यापही तयार होत नव्हते. बाळाला घरी नेण्यासाठी गोतमीने ठाम नकार दिल्याने त्यांचीही पंचायत झाली. मृत्यूशी झगडणाऱ्या मुलापाशी गोतमीला सोडून आपल्या आपल्या कामाच्या ओढीने बहुतेक सारेजण पांगून गेले. गोतमीचा नवरा व्यापारानिमित्त परगावी असल्याने त्याला तर या साऱ्या घटनेचा काहीही पत्ताच नव्हता. वंशांचा कसाबसा का होईना, पण फुटलेला वेल असाच अवकाळी जळून जाणार या शोकामध्ये तिची सासू अडकली होती. मुलाकडे केलेल्या दुर्लक्षाबद्दल आपल्या सुनेला त्या प्रत्यक्ष नागाचाही त्वेष फिका पडावा, तशी फणकारत तिची सासू बोल लावत बसली होती.

जाता-जाता एका वृद्धाने तिला अनाहूतपणे एक सल्ला दिला. या विषावर असलाच तर

उपाय त्या किमयागाराकडे असेल. श्रावस्तीपासून दूर एका टोकाला आपल्या कुटीमध्ये नानाविध अचाट प्रयोग करत राहणाऱ्या किमयागाराकडे कोणी फारसे फिरकायचेही नाही. त्याच्या कुटीच्या परिसरामध्ये विविध हंड्यांमध्ये झाडापाल्यांपासून अगदी काहीही उकळत, भिजत आणि कुजत पडलेले असायचे. त्याचा वासच इतका उग्र होता की, अगदी मैलावरही सामान्य माणूस मूर्च्छित होऊन पडावा. असे असल्याने त्या वाटेला फिरकायलाही सर्व घाबरत असत. अर्थातच, सोन्याच्या लालसेने किंवा कुणा शत्रूचा नकळत काटा काढण्यासाठी उलट्या काळजाची काही माणसांचा वावर तिथे येत. धडधाकट, दहा हत्तींचे बळ असणाऱ्या ताकदवान माणसाचा तो दहा योजने दुरूनच घात करू शकतो, अशी आख्यायिका होती. तशीच विविध रसायनांच्या चित्रविचित्र मात्रा देत अत्यंत चिवट आजारातून मृतप्राय झालेला माणूस उभा राहत असल्याचे किस्से सांगितले जात. अगदी मेलेल्या माणसाला परलोकातून जिवंतपणे आणण्यापर्यंत त्याची सिद्धी असल्याचेही लोक दबक्या आवाजात एकमेकांना सांगत. त्यामुळे अमरत्वाच्या शोधासाठी या किमयागाराकडे कधी आपखुशीने, तर कधी भीतीपोटीही सोन्या-धनाची रास ओतणारी राजे, महाराजे, श्रीमंत मंडळी या परिसरात फिरत असत. अर्थात, प्रत्यक्षामध्ये कुणीही त्याच्याकडे गेल्याची फुशारकी मारण्याचेही धाडस करत नव्हता.

मुलाच्या मृत्यूपेक्षा कोणताही विचार मनात नसलेल्या गोतमीने क्षणात किमयागाराकडे जाण्याचा निर्णय घेतला. काळ्या-निळ्या पडलेल्या मुलाला उचलून खांद्यावर टाकत आधीच कृश असलेल्या गोतमीचा प्रवास त्या दिशेने सुरू झाला होता. मेंदूमध्ये लक्ष्य निश्चित असले की, ते गाठण्याची दुर्दम्य जिगिषा नक्कीच तयार होते. गोतमीच्या कृश शरीरामध्ये त्यानेच प्रचंड शक्ती संचारली. अनेकांना पुसत, विचारत ती चालत राहिली. कित्येक मैल चालल्यानंतर दिवस बुडताना तिच्या नाकात शिरणाऱ्या उग्र वासाने ती कुटीच्या परिसरामध्ये पोहोचल्याची जाणीव तिला करून दिली होती. या आधी केवळ ऐकूनच दरदरून घाम फुटला असता अशा ठिकाणी पोहोचल्यावरही त्या मातेच्या मनामध्ये भीतीचा लवलेशही नव्हता. मृत्यूशी लढण्याचा आणि आपल्या बाळाला कोणत्याही स्थितीमध्ये वाचवण्याचा त्वेष तिच्यामध्ये भरून राहिला होता. डोळ्यांमधून अश्रूंचा पूरवाहत असला तरी त्यात असाहाय्यता नव्हती. किमयागाराच्या दोन अनुभवी शिष्यांनी तिलाघाबरवून आल्या वाटेने परत पाठवण्याचे अनेक प्रयत्न केले तरी ती बधली नाही. अंतिमतः तिला किमयागारासमोर उभे करण्यात आले. ज्याच्याबद्दल बाहेर एवढ्या वंदता पसरलेल्या आहेत, तो माणूस तिला एखाद्या जख्ख म्हाताऱ्यापेक्षा काही वेगळा वाटला नाही. तिने खांद्यावर टाकलेल्या आपल्या बाळाला अलगद खाली निजवले. दमलेली

असली तरी सारी कथा, व्यथा तिने किमयागाराला सांगितली. तो त्याची नाडी तपासत होता. खोलवर गुहेत डोकवावे तसे मुलाच्या डोळ्यांत डोकावण्याचा प्रयत्न करत होता.

ती बोलत असताना जणू मुकाच असल्यासारखा; हुंकाराव्यतिरिक्त एकही शब्द न बोलणाऱ्या किमयागाराने आपल्या धीरगंभीर आवाजामध्ये तिला एकच प्रश्न विचारला,

“ज्या नागांने दंश केला तो नाग जिवंत आहे का?”

“नाही महाराज, मध्यावर अगदी घट्ट धरले होते बाळाने नागाला. अनेक वेळा फणा उभारून दंश करण्यामध्ये तो गलितगात्र होऊन गेला. मला माहीत नाही; पण मी पोहोचेपर्यंत माझ्या बाळाने त्याला अनेक वेळा जमिनीवरही उचलून आपटले असेल. एवढ्याशा बाळामध्ये एवढी ताकद कुठून आली कोणास ठाऊक?”

एखादी माता आपल्या बाळाचे कौतुक सांगताना होतो, तसा गोतमीचा आवाज फुलून आला होता. तिला त्याच्या पराक्रमाचे आता मनोमन कौतुक वाटत होते. एखादी खोडी सांगावी तसे तिने सगळा वृत्तांत कथन केला. किमयागार नकारात्मक मान हलवत होता. मुलाच्या शरीरामध्ये विष पूर्णतः भिनले होते. बहुतेक सर्व अवयवांनी काम करणे थांबवले होते. सगळा खेळ संपला होता. अंतिम चरणापर्यंत कधीही हार न मानणारा किमयागारही काही करू शकणार नव्हता, हेच खरे होते. मात्र, या दुःखी मातेला ते कोणत्या शब्दांत सांगावे, असा पेच त्याला पडला होता.

“हे बघ, स्त्रिये (त्याने काही क्षण थांबून पुन्हा दुरुस्ती केली.) माते, तुझ्या मुलाने नागाशी झुंज दिली हे खरे असले तरी मृत्यूशी झालेल्या लढाईमध्ये त्याची हार झाली आहे.”

एकतर त्याच्या घोगऱ्या आवाजामुळे असेल किंवा फारच भारदस्त शब्दांच्या वापरामुळे असेल, गोतमीला प्रथम काही कळलेच नाही. आपला पुत्र हरला, एवढेच समजले. म्हणजे... म्हणजे त्याचा मृत्यू झाला. तिच्या शोकाला पारावार राहिला नाही. बाळाचे गुण, खेळणे, खोडकरपणा सारे तिला सकाळपासूनच आठवत होते. ते आता विलापातून बाहेर पडू लागली. हे काही मरण्याचे वय नाही. जो कोणी मृत्यूचा स्वामी असेल त्याने असा निर्दयपणा का करावा, अनेक म्हातारे, वेदनांनी पिडलेले रोगी मृत्यू मागत असताना तो त्यांच्याकडे जात नाही. मग माझ्या बाळाने असे काय पाप केले की, त्याने त्याचा घास घ्यावा... मागील जन्मातील पापाचे काही सांगू नका, तो घडा कोणी पाहिला आहे... एकीकडे विलाप सुरू असला तरी तिच्या मनातील आपल्या बाळाला पुन्हा या जीवनात परत आणण्याचा विचार अधिक प्रबळ होत गेला. तिने आपले रडणे थांबवत अगदी दृढनिश्चयाने किमयागाराला विचारले, “महाराज, तुम्ही तर मृत माणसालाही जिवंत

करू शकता ना, मग करा तुम्हाला काय करायच्या त्या क्रिया आणि विधी."

किमयागार हताश झाला होता. तरीही तो हलक्या आवाजात म्हणाला, "तू म्हणतेस ते काही अंशी खरे असले तरी तो प्रयोग अद्याप पूर्णत्वाला पोहोचलेला नाही. अंतिम टप्प्यावर रेंगाळतोय. तू तुझ्या मुलाला घेऊन माझ्या समोर उभी ठाकल्यानंतर खरेतर या प्रयोगाच्या पूर्ततेसाठीच तुला नियंत्याने माझ्याकडे पाठवल्यासारखे वाटले. आमच्या किमयागारांच्या गेल्या तीन पिढ्यांपासून अमरत्वासाठी विधी आणि क्रियांचा शोध घेतला जात आहे. माझ्या आयुष्यात तो शुक्ल पक्षाच्या चंद्राप्रमाणे पूर्णत्वाला जाईल, असे वाटते. तुझा मुलगा त्यासाठी उत्तम माध्यम होईल, अर्थात त्यासाठी तुझी मान्यता हवीच आहे. त्याच्या देहावर रसायनांचे संस्कार करून त्याची साठवण करून ठेवू या आपण. रसायने तयार करण्यासाठी तुझ्या मुलाच्या मृतदेहासह धनाचीही आवश्यकता आहे. त्याच्या शरीरात भिनलेले नागराजाचे विष आता प्रत्येक अवयव आतून पचवू लागले आहे. ते बाहेर काढावे लागेल. त्याचा प्रत्येक अवयव सुटे करून निर्माण झालेल्या पोकळ्यांमध्ये रसायने, मसाले भरून ठेवावे लागतात. आजूबाजूला मिठासारखे पाणी शोषणारे क्षार ठेवून शरीराला कुजवणाऱ्या पाण्याची मात्रा शून्यावर आणावी लागेल. दिसायला विचित्र दिसत असले तरी काही हजार वर्षापर्यंत मानवी मृतदेह टिकवणे शक्य आहे. अशा क्रियांसाठी मोठा खर्च येतो, तो केवळ राजे-महाराजांनाच परवडू शकतो. माझ्या प्रयोगातील माध्यम म्हणून तुझ्या मुलाची मदत होणार असल्याने तू केवळ पाच शतक सोन्याच्या मोहरा दिल्यास तरी पुरेल."

पाच शतक मोहरा तिने संपूर्ण आयुष्यात कधी पाहिलेल्या नव्हत्या. त्यामुळे एवढ्या मोहरा आणायच्या कोठून हा सवाल तिच्या मनात उद्भवला. खाली मुलाकडे लक्ष जाताच पुन्हा तिला पान्हा फुटला. अलीकडे त्याला दूध पाजणे कमी केले असले तरी आज आतून तिला पान्हा फुटेल, असे वाटू लागले. तिच्या तोंडून निघून गेले, "नक्की आणते महाराज, पण माझे बाळ जिवंत होईल ना! एक वर्षे लागो, दोन किंवा दहा, मी वाट पाहायला तयार आहे. तुमच्या विधींच्यावेळी मी येथे राहण्यास तुम्ही परवानगी मात्र दिली पाहिजे. मी मोहरांची काहीतरी सोय करते."

तिने आपल्या मुलाला पुन्हा खांद्यावर उचलले. ती श्रावस्तीकडे निघाली. खरेतर किमयागाराच्या शिष्याने मुलाचा देह तिथेच ठेवण्याची सूचना केली होती. बाळाला एक क्षणही डोळ्यांआड करण्यासाठी तिचे मन तयार होत नव्हते. पुन्हा तिची ओढ गावाकडे लागली. भराभरा पाय उचलताना खांद्यावरील बाळाचेही ओझे जाणवेनासे झाले. घरातून किती मोहरा मिळतील, सासूबाईंकडे असतीलच नक्की पाच ते सात दशक मोहरा. त्या

मिळतील, आणखी कोणाकडे मागाव्यात. श्रावस्तीतील अनेक प्रतिष्ठितांची, परिचितांची नावे तिच्या डोळ्यांसमोर फेर घालू लागली. नक्की मोहरा गोळा होतील, माझा मुलगा जिवंत होईल. तिच्या डोळ्यांतून आनंदाचा अश्रू ओघळला. सकाळपासून ओघळणाऱ्या दुःखांच्या आसवांत मोत्यासारख्या चमकून उठला.

पुन्हा तितकाच परतीचा प्रवास करून गोतमी घरापाशी पोहोचली. तिचे संपूर्ण ऐकून घेण्याआधीच सासूने नागदंश झालेल्या मुलाला घेऊन कुठे फिरत होतीस, काय करत होतीस अशा संशयात्मक प्रश्नांचे आग्यामोहोळ उठवून दिले. 'तू नेल्यामुळेच माझा नातू, माझ्या मुलाच्या वंशाचा दिवा विझून गेल्याचा आरोपही केला.' एकेकाळी नातवंडाचे तोंड पाहण्यासाठी असूसलेल्या सासूने नातवडांसाठी आपल्या कडेसरीला हात घालण्यास नकार दिला. तुझा नवरा माघारी आल्यावर पाहू. मात्र, एखाद्या मृत मुलासाठी इतका खर्च का करायचा, या तिच्या सवालाने गोतमीचा माणसांवरील विश्वासच उडून गेला. नियतीला दोष देत, आपलेच भागधेय म्हणून अंधकारात दिवस रेटणाऱ्या गोतमीचाही पारा आयुष्यात प्रथमच चढला. कडाडणाऱ्या बिजलीप्रमाणे ती सासूवर शब्दांचे वार करू लागली.

"आयुष्यभर वंशाच्या दिव्यासाठी माझा छळ केलात, अगदी त्यासाठी मला सवत आणण्याचाही घाट तुम्ही घालत होतात, मग आज कुठे गेले ते तुमचे वंश प्रेम. वैद्याच्या उपचाराने किंवा किमयागाराच्या प्रयत्नाने माझा बाळ जिवंत होण्याची शक्यता असताना तुम्ही मोहरांना चिकटून बसला आहात. आजवर घरातील प्रत्येक निर्णय घेताना मोठेपणाचा शब्द कोणत्याही परिस्थितीमध्ये डावलला जाणार नाही, याकडे लक्ष देणाऱ्या व रूबाब मिरवणाऱ्या तुम्ही आजच का लेकाची वाट पाहण्याची भाषा करत आहात. तुमच्या कुटुंबाने आपल्या व्यापारी वृत्तीने एखाद्या मरणपंथाला लागलेल्या माणसावर कुठवर उपचार करायचे, खर्च करायचा याचे गणिती आडाखेही पक्के ठरवून ठेवले आहेत. त्यापेक्षा माझे दरिद्री माहेर बरे! घरामध्ये खाण्यासाठी अन्नाचा दाणा नसतानाही एकदा माझ्या वडिलांनी औषधोपचार केला. त्याची फेड करण्यासाठी पुढे आठ दिवस ते वैद्याची लाकडे फोडून देत होते. ते म्हणाले नाहीत की, 'ही मुलगी आहे... जाऊ दे मरू दे!'

सासूचा-सुनेचा वाद मिटवण्यासाठी जाणते लोक, स्त्रिया पुढे आल्या. दोघींनाही समजावू लागल्या. घरात मृत्यू झालेला असताना वेड्यासारख्या काय भांडता, अशी रागेही भरली. गोतमीने साऱ्यांसमोर किमयागाराबरोबरचा संपूर्ण प्रसंग कथन केला. त्यांच्याकडे सोन्याची मोहरांची मागणी केली. अक्षरशः भीक मागितली. पण त्या पाच शतक मोहरांच्या केवळ उल्लेखानेही अनेकांना हबका बसला. प्रत्येकाच्या घरात खंडीने पोरे होत असताना एखाद्याचा मृत्यू हा तसा गृहीतच धरलेला असायचा. दोन-चार दिवस टिपे गाळल्यानंतर

विसरून जाण्याइतका स्वस्त. अशा वेळी एकुलत्या एक आणि इतक्या वर्षांच्या नवसाने झालेल्या मुलाच्या जिवाची किंमत करण्याचीही त्यांच्यापैकी अनेकांची कुवत नव्हती, हेच सत्य होते. त्याहीपेक्षा हिच्या नवऱ्याच्या परोक्ष आणि सासूच्या इच्छेविरुद्ध एवढे मोठे धन दिले तरी परत कोण करणार, हा व्यावहारिक विचारही अनेकांच्या मनात उद्भवला असणार. मदतीसाठी हात पुढे करण्यापेक्षा पोकळ शब्दांनी सांत्वन करणे सर्वांनाच सोपे वाटू लागले. त्यांच्या शब्दांचा गोतमीला उबग आला.

मुलगा जिवंत होणे शक्य असताना केवळ धनाअभावी अडसर निर्माण झाल्याचे दुःख तिला डाचू लागले. डोळ्यांतून आसवे गाळत मान खाली घालून बसलेल्या गोतमीच्या पाठीवर हात फिरवत एक म्हातारी म्हणाली, "सारे उपाय थकल्यानंतर धर्माच्याच मार्गाने जावे. देवावर भरोसा असल्यास त्यातूनही काही चांगले घडून येते. श्रावस्तीमध्ये कुणी बुद्ध म्हणून महापुरुष आला आहे. त्याच्या प्रवचनाला ही अलोट गर्दी उसळते. त्याच्या शब्दांमध्ये जीवनाला जागृत करण्याची ताकद आहे म्हणतात. विलंब न करता तुझ्या मुलाला घेऊन जा त्याच्याकडे. आधीच तुझ्या मुलाची ससेहोलपट झाली. वैद्य किंवा तुझ्या त्या किमयागाराकडील प्रवासात नेमका कधी मृत्यू झाला कोणास ठाऊक. मृत्यू होऊनही बराच काळ नक्कीच उलटला आहे, तेव्हा उशीर करू नको."

गोतमीच्या मनात आशेची पालवी फुटली. मेलेल्या माणसांना योगसामर्थ्याने जिवंत केल्याच्या अनेक कथा यज्ञामध्ये सांगितल्या जात. अशा संत-महात्म्यांच्या लिलांची पारायणे केली जात. त्या तिने लहानपणापासून ऐकल्या होत्या. तिने आपल्या मुलाला पुन्हा खांद्यावर टाकले. आता ते प्रेत आखडू लागले होते. चालताना ती मार्गामध्ये भेटणाऱ्या प्रत्येकाला विचारू लागली. खरंच हा महात्मा माझा पुत्र जिवंत करू शकतो. तितकी क्षमता आहे त्यात. प्रवचनाला निघलेल्या भक्तांनी रस्ता गजबजू लागला होता. त्यातील अनेकांनी बुद्धांचे कौतुक केले.

"खरेच मोठा महात्मा आहे तो, मागे एकदा साल नावाच्या ब्राह्मणाने बुद्धांचे निरीक्षण करून त्यांच्यामध्ये महापुरुषामध्ये असणारी पूर्ण बत्तीस लक्षणे मोजून घेतली. तरीही त्याचा त्यांना खरेच संबोधी प्राप्त झाली की नाही, याचा संदेह वाटल्याने बुद्धाची स्तुती करून परीक्षाही घेतली."

"काहीच अशक्य वाटत नाही, त्याच्या बोलण्यावरून धीरगंभीर कंपनात्मक आवाजात बोलू लागला की हजारो लोक डोलू लागतात. प्रत्येक शब्दन्‌शब्द जिवंत होतो. त्याला अर्थाचे धुमारे फुटतात. बरे, सामान्यांच्या पाली भाषेत बोलत असल्याने सर्वांना समजते. अर्थाचा अनर्थही होत नाही."

कुणी त्याच्या व्यक्तिमत्त्वाचे कौतुक सुरू करे. "भव्य कपाळ, त्याभोवती रुळणारी कुरळ्या केसांची महिरप, वृषभासम शुभ्र, मोठे आणि पाणीदार डोळे, एखाद्या योद्ध्याप्रमाणे भरदार रुंद छाती, विविध मुद्रांमध्ये रत असे आजानुबाहू हात... शरीराच्या कोणत्याही अवयवावर दृष्टी पडताच ती तिथेच खिळून राहते. प्रत्येक अवयवाचे दर्शन स्त्रियांनाच

काय, पण पुरुषांनाही मोहून टाकते. रस्त्याच्या मध्यावरून चालताना एखाद्या गजराजाला आपणहून मार्ग मोकळा करावा, त्या प्रमाणे मार्ग मोकळा होतो. भारावलेल्या मनाने माणसे त्याच्या मागून कधी चालू लागतात, हेच त्यांना कळत नाही. एखाद्या चक्रवर्ती सम्राटालाही लाजवेल असे त्याचे रूप. तसाच त्याचा दरारा केवळ माणसांवरच नाही, तर संपूर्ण भवतालावर जाणवत राहतो."

पावले उचलताना गोतमी जितके ऐकत होती, तितका तिचा विश्वास वाढत चालला. माझा मुलगा जिवंत करून दिल्यास आजन्म दासी होईन मी त्या महात्म्याची. तिने मनोमन नवस करण्यासही सुरुवात केली. दोन-चार शिष्यांसह बसलेल्या श्रमण गौतमांच्या पायाजवळ मुलाचे कलेवर ठेवले. हात जोडून विलाप करत आपली संपूर्ण कहाणी सांगू लागली. आपल्या मृत मुलाला जिवंत करण्याची विनंती केली. केवळ तथ्यांच्याच मार्गाने चालणाऱ्या त्या श्रमणाने गोतमीचे तथ्यही नेमके जाणले. पुत्रप्रेमाच्या भ्रांतीमुळे मुलाच्या मृत्यूचे तथ्य स्वीकारण्यास ती तयार नाही, हे त्यांच्या लक्षात आले. पूर्वी विशाखा नावाच्या एका उपासिकेच्या बाबतीतही असाच प्रसंग घडल्याचे त्यांना आठवत होते. विशाखेची नात सुदत्ताचेही आजाराने निधन झाले. तिची शोकमग्नता अनेक दिवस दूर होत नव्हती. सतत आसवे टिपत, शोकमग्न स्थितीमध्ये प्रवचनांना बसल्याचे दिसत असे. तथागतांनी तिला बोलवून कारण विचारले. आपल्या आज्ञाधारक नातीच्या मृत्यूची वार्ता त्यांच्या कानी घालून ती पुन्हा शोकमग्न झाली. थोडेसे सावरल्यावर सहज विचारावे, त्याप्रमाणे विशाखेला त्यांनी प्रश्न सुरू केले....

''श्रावस्तीमध्ये एकूण किती मुली असतील?''

''असतील की हजारो!!''

''त्यातील तुझ्या नातीसारख्या आज्ञाधारक किती असतील?

"बऱ्याच कुटुंबांमध्ये आढळतील अशा आज्ञाधारक मुली."

"मग त्या तुझ्या नातीसारख्या नाहीत काय?"

"अन्य लोकांच्या मुली मला नातीसारख्या कशा होतील?"

"तू तुझ्या नातीवर प्रेम करत होतीस का?"

"हो नक्कीच! हे का विचारणे झाले?"

"मग तू अन्य मुलींवर नातीसारखे प्रेम केले तर त्याही नाही का होणार तुझ्या नातीप्रमाणे प्रेमळ आणि आज्ञाधारक. तू प्रेम दिले तर त्यांच्याकडूनही नक्कीच माघारी मिळेल."

"हे शक्य आहे भगवान!"

विशाखाने नातीच्या मृत्यूचे तथ्य, अपरिहार्यता स्वीकारलेली होती, त्यामुळे शब्दांने

सांत्वन शक्य झाले. येथे गोतमी किसाने जणू आजवर प्रथमच मृत्यू पाहिला होता. तिचा त्यावर विश्वासच बसत नव्हता. आपला बाळ विषामुळे बेशुद्ध झालाय, तो औषधींनी बरा होऊ शकतो, अशीच तिची धारणा होती.

आपल्या वाणीवर, शब्दांवर कितीही विश्वास असला तरी ही वेळ शब्दांच्या सांत्वनाची नाही, हे त्या महात्म्याने ओळखले. मातेच्या पुत्रवियोगाच्या दुःखाला शांत करण्याची ताकद कोणत्याही शब्दांत असत नाही. ते अशावेळी बुडबुडे बनून जातात; हे त्या महात्म्याला नक्कीच ज्ञात होते. काही क्षण ते डोळे मिटून शांत राहिले. करुणेने भरलेले डोळे उघडत त्यांनी गोतमीला सांगितले, "मी औषध देतो. तू नगरात जा अन् मूठभर मोहरी घेऊन ये!"

गोतमी त्वरेने निघाली. 'फक्त मूठभर मोहरी... त्या काय कुठेही मिळतील. कुठे पाच

शतक सोन्याच्या मोहरा आणि कुठे मूठभर मोहरी!'

बाहेर पडताना तिच्या लक्षात आले की, मुलाला आपल्या नजरेआड करून चालणार नाही. ती त्याला घेण्यासाठी पुन्हा आत आली. त्याला खांद्यावर उचलत असताना तथागतांनी आपला पुढील पेच तिला टाकला.

"हो मूठभर मोहरीच, मात्र त्या अशा घरातून आण की, ज्याच्या घरी कधी कुणाचा मृत्यू झालेला नसेल."

'केवळ मूठभर मोहरीच आणायच्या आहेत ना,' या भ्रमात ती नगराकडे परतली. रस्त्यात भेटणाऱ्या प्रत्येक घरांमध्ये मोहरीची विचारणा केली. तिची करुण कहाणी ऐकल्यानंतर भले लोक म्हणत, 'तुझा मुलगा बरा होत असेल तर मूठभरच काय ढीगभर घेऊन जा मुली!' पण लगेच त्यांना आठवे की गेल्या वर्षीच वयोवृद्ध वडिलांचे निधन झाले. प्रत्येकाच्या घरी आई, आजी, चुलता, चुलती, पुतण्या, पुतणी, कोणी भाऊबंद असा कोणीतरी मरण पावलेलाच आढळायचा. तिची निराशा वाढत चालली. भव्य नगरीच्या एका टोकापासून विचारणा सुरू केली होती. दुसरे टोक पोहोचून वस्त्या विरळ झाल्या तरी एकही मरण पावलेले नाही असे घर तिला आढळले नाही. एका शहाण्यासुरत्या गृहस्थाने तर तिला सांगितले की, 'कोणत्याही कुटुंबात जिवंतांपेक्षा मृतांचीच संख्या अधिक सापडेल. तरी बरे मागील केवळ तीन पिढ्यांचीच नावे श्राद्धांमध्ये घ्यावी लागतात, अन्यथा मागील सर्व नावांची जंत्रावळ वाचता-वाचता पुढील श्राद्धदिवस उगवायचा!'

ती प्रचंड थकली. निराश झाली. आतापर्यंत हुरुपांने, आशेने फिरताना तिला कष्ट जाणवलेच नव्हते. निराशा मनामध्ये भरताच मात्र आपण किती फिरलो याची जाणीव होऊ लागली. पायांमध्ये पेटके भरून आले. आपल्या मुलाचा मृत्यू अटळ असल्याची जाणीव तिला होऊ लागली. आकाशातील मेघाप्रमाणेच तिच्या मनामध्ये प्रचंड असाहाय्यता दाटून आली. तिच्या डोळ्यांतील आसवांचा पाऊस थांबू लागला तरी आकाशातून त्याचा वर्षाव सुरू होण्याची चिन्हे दिसू लागली. महाप्रचंड 'अश्वत्थ' वृक्षाच्या उंच नागमोडी जमिनीवर पसरलेल्या मुळावर ती हताशपणे टेकली.

काही क्षणांत काठी टेकत-टेकत एक म्हातारा तिथे आला. त्या काठीच्या आवाजावरून तिच्या एकदम लक्षात आले की, अशीच काठीची टक-टक प्रहरापासून तिच्या पाठीशी आहे. जणू तो तिच्या मागेमागेच फिरत होता. त्याने घशामध्ये काहीतरी अडकल्याप्रमाणे घोगरा आवाज काढला. तो काहीतरी बोलू पाहत होता - पण कशी सुरुवात करावी यात अडखळल्यासारखा घशातून केवळ घोगरा स्वर बाहेर पडत होता. त्याने पुन्हा आजूबाजूला पाहत कुणी आपले ऐकत तर नाही याचा आदमास घेतला. त्याच्या मनात बुद्धाप्रती आकस

होता. त्याला बुद्धाचा अपमान करण्यामध्ये मोठा आनंद वाटत असे. त्याचे आयुष्य जे करण्यात गेले त्या सर्व कर्मकांडांवर - होम, हवन, देव, देवता, यज्ञापासून सर्वांवर बुद्ध आणि एकूण श्रमण परंपरांमुळे गदा आली होती. लोकांच्या मनातील ब्राह्मणांबद्दलचा आदर कमी होऊ लागला होता. आपल्या आयुष्याची अखेर आली असली तरी पुढील पिढ्यांचा एकूण जीवनचरितार्थ धोक्यात येत असल्याचे त्याच्या अनुभवी नजरेला स्पष्ट दिसत होते. त्यामुळे अत्यंत गोड शब्दांमध्ये त्यांने कार्यभाग साधण्याचे ठरवले.

अखेर शब्द फुटू लागले...

"वयाने माझ्या मुली किंवा नातीप्रमाणे असलीस तरी मातृस्वरूपामुळे तू महान आहेस. मुलाला पुन्हा जीवन मिळावे, यासाठीची तुझी सुरू असलेली यातायात मी पाहत आहे. बऱ्याच काळापासून लक्ष वेधून काही सांगायचा प्रयत्न करत असलो तरी तुझे माझ्याकडे लक्षच नाही. तुझा प्रश्न गहन आहे. त्याचे उत्तर तुला बुद्धासारख्या नवख्या व्यक्तीकडून मिळणार नाही. तुला भारतीय परंपरेइतक्याच थोर माणसाच्या प्रतिभेची आवश्यकता आहे. आणि तुला बुद्धाने सांगितल्याप्रमाणे मरण नसलेल्या व्यक्तीकडून मोहरी आणायच्या

असल्यास त्याच्याइतकी योग्य व्यक्ती कदाचितच या भूतलावर असेल. तो स्वतः चिरंजीव आहे. त्याला सर्वसामान्यपणे आज केवळ व्यास म्हणून ओळखले जात असले तरी व्यास, जय आणि सौती अशा तिघांच्या प्रतिभेतून एकतत्त्व तयार झालेले आहे. तुझ्या मुलाला केवळ मृत्यूच्या तावडीतून सोडण्यासाठीच नव्हे तर चिरंजीव होण्याचा मार्गही केवळ तोच तुला सांगू शकतो. त्याच्याकडे जाण्याचा मार्ग मला माहीत आहे. मी तुला सांगतो."

मृत्यू न झालेल्या घरातून मोहरीच्या शोधात गोतमीची हार झाली होती. तिच्यापुढे आपल्या मुलाच्या मरणाची अटळता स्वीकारण्यावाचून फारसा पर्याय नसल्याचे लक्षात येत होते. अशा वेळी वयोवृद्ध ब्राह्मणाच्या शब्दांनी आशेला पुन्हा धुमारे फुटले. चिरंजीव खऱ्या अर्थाने चिरंजीवित्वाबद्दल नेमकेपणाने जाणून असेल. तिला विश्वास वाटू लागला. खरेतर घरातून पहिल्यांदाच बाहेर पडलेली नवखी व्यक्ती, त्यात अनोळखी प्रदेश, नवा मार्ग या अडचणी कमी म्हणून की काय पण प्रत्येक ठिकाणी मिळालेल्या नकारामुळे, अपयशामुळे दाटलेला प्रचंड काळोख यात त्या ब्राह्मणाच्या शब्दांनी काजव्याइतका का होईना पण प्रकाश उत्पन्न झाला. तिने मार्ग जाणून घेतला. खुणा जाणून घेतल्या. कारण इथून पुढील निबिड प्रवासामध्ये माणूस क्वचितच नजरेला पडणार होता. हातामध्ये संपूर्ण निळे पडलेले मुलाचे प्रेत होते, जणू ते तिच्याच शरीराचा एक भाग झाले होते. तिचा अनंताकडे प्रवास सुरू झाला.

प्रदीर्घ चालण्यानंतर सर्वसामान्य माणसांच्या नगरी, गाव आणि वस्त्या कधीच मागे पडल्या. अरण्यामागून अरण्ये मागे पडली. प्रत्यक्ष सूर्य लुप्त होऊन नजरेला केवळ हिरवा आणि काळा हे दोन रंग दिसावेत, अशा निबिड जंगलामधून ती पुढे आली. तिला गाठायचे होते एका झाडाचे जंगल. तेच तिचे ध्येय होते. आपल्या ध्येयाशी मानसिक एकात्मता साधली गेली की केवळ कष्टच नव्हे तर काळही स्तब्ध होऊन जातो. अंतिमतः तिला प्रचंड मोठे झाड लागले. एका झाडाचे पसरलेले जंगल. त्याचे मूळ खोड कुठेतरी आणखी पुढे होते, पण त्याच्या पसरलेल्या फांद्या, जमिनीला टेकलेल्या पारंब्यांचाही मूळ खोडाइतकाच घेर वाढला होता. एकमेकांना चिकटलेल्या फांद्या, पारंब्यातून वाट काढत-काढत ती पुढे जात राहिली. अखेर तिला समोर जे दिसले त्याने ती धन्य होऊन गेली.

समोर धिप्पाड अशी व्यक्ती तपाला बसली होती. त्याच्या चेहरा रुढार्थाने सुंदर नसला तरी प्रतिभेच्या तेजामुळे उजळून आलेला. आजूबाजूला केवळ वाऱ्याने त्याच्या काही क्षणाने फुटणाऱ्या हुंकाराचेच काव्य पसरत होते. त्याची लय, धरलेला ताल ही अवतीभवतीचे सर्व जग त्यात भोवंडून जावे अशी होती. असे म्हणतात की, या म्हाताऱ्याची प्रतिभा सर्व जगाला कोळून प्यायलेली आहे. अधि भूत, वर्तमान, भविष्य, चौसष्ठ कला, असे

कोणतेही शास्त्र नाही की त्याने उष्टे केलेले नाही. थोडी भानावर येताच गोतमीचे लक्ष त्याच्या जटांकडे गेले.

वयोवृद्ध ब्राह्मणाने सांगितलेल्या खुणेप्रमाणे तप करताना त्याच्या जटेमध्ये पडलेले

बीज केवळ अंकुरलेलेच नाही, त्याचा प्रचंड मोठा वृक्ष झाल्याचे तिला दिसले. त्याच्या डोक्यापासून आकाशात गेलेल्या खोडाशीच तो जोडला गेला आहे. त्या झाडाला त्याच्या जटेपासूनच खाली संपूर्ण पाठ आणि शरीर भरून मुळ्या वाढल्या आहेत. त्यांचे जंजाळ प्रचंड झाले असून, त्यांच्या बंधनात तो म्हातारा अडकून पडल्याचे वाटावे. या महाप्रचंड वृक्षाच्या एकेक फांद्या या म्हाताऱ्याच्या प्रतिभेच्या विलास असावा. त्यात इतिहास, तत्त्वज्ञान, समाजमानसता, वांशिक, भाषिक, चरित्रे, पुराणे यांच्या उपफांद्या पसरून घनदाट जंगल तयार झाल्याचा भास होत होता. संपूर्ण भारतीय संस्कृतीच इथे अवतरल्याचे तिला जाणवू लागले. हे मधले मूळ, खोड म्हणजे व्यास असावा. आणखी थोड्या अंतरावर अशाच स्थितीमध्ये आणखी दोन म्हातारे म्हणजे वैशंपायन आणि सौती असावेत. त्यांच्या तपामध्ये आपण विघ्न तर आणत नाही ना, अशा भीतीने गोतमी काही काळ अडखळली. पण मनाचा हिय्या करून उच्च स्वरात तिने तिघांना एकाच वेळी वंदन केले. तिघांनी एकाच वेळी डोळे उघडले. पुनश्च वंदन करून तपामध्ये विघ्न आणल्याबद्दल गोतमीने माफी मागितली. हातातील मूल त्यांना दाखवत आपला येण्याचा उद्देश सांगितला.

सर्व प्रसंग कथन करून ती म्हणाली, “माझ्या मुलाने अद्याप जीवनाचा कोणताही रंग पाहिलेला नसताना त्याला नेण्यामध्ये मृत्यूने फारच घाई केलेली आहे. पूर्वजन्माच्या कृत्यांचा जाब आणखी कोणत्या तरी जन्मामध्ये घेतल्यास माझी ना नाही, पण या जन्मामध्ये माझ्या पुत्ररूपाने त्याने आणखी जगावे, कर्तृत्व गाजवावे असे वाटते. खरेतर कोणत्याही मातेला आपला मुलगा चिरंजीव व्हावा असेच वाटते, नाही का?”

व्यास म्हणाले, “तुझ्या भावना एक माता म्हणून रास्त असल्या तरी त्यात विचार नाही. सर्वात महत्त्वाचे म्हणजे अनुभव नाही. माणूस आपल्या कर्तृत्वानेच अमर होऊ शकतो, हे खरे आहे. आणि तुझ्या मुलाचा बालवयातच मृत्यू झाल्याने ती संधी त्याला मिळाली नाही, हेही खरे आहे. पण संधी ही काही मागून मिळवण्याची गोष्ट नसते. तुझ्याच कथनाप्रमाणे तुझ्या मुलाने नाग दंश करत असतानाच पकड ढिली न पडू देता त्याला गलितगात्र करण्याचे कर्तृत्व केले आहे. त्या अर्थाने पूर्ण श्रावस्तीमध्ये जेव्हा कधीही नागदंशाची घटना घडेल, त्यावेळी तुझ्या मुलाच्या पराक्रमाची आरती नक्कीच ओवाळली जाईल. लौकिकार्थाने शरीर नष्ट झाले असले तरी लोकांच्या मनामध्ये काही काळ तरी तो चिरंजीव झालाच आहे. शरीरापेक्षाही लोकांच्या मनामध्ये चिरंजीव राहणे महत्त्वाचे आहे.”

तिन्ही मुखातून एकाच वेळी आवाज फुटत असावा, असा तिहेरी स्वर होता. त्याने गोतमी मंत्रमुग्ध होऊन गेली. पण गेल्या काही काळापासून जपलेल्या, निळ्या-काळ्या पडलेल्या मुलाच्या प्रेताकडे तिचे लक्ष जाताच पुन्हा ती भानावर आली. म्हणाली,

“महाराज माझा मुलगा सदेह जिवंत व्हावा आणि शक्य झाले तर आपल्याप्रमाणे चिरंजीव व्हावा अशीच माझी मनिषा आहे. त्यासाठी तर मी इथवर आले. केवळ आपल्या शब्दांनी माझे समाधान होणार नाही.”

“मुली हा हट्ट सोड. चेतनेव्यतिरिक्त देह म्हणजे रस, रक्त, मांस, मेद, अस्थी, मज्जा आणि शुक्र असे केवळ सात धातू आहेत. त्यातील प्रत्येकाला क्षय आहे. त्याच प्रमाणे स्थूलदेह, प्राणदेह, सूक्ष्मदेह, वासनादेह, मानसदेह, बुद्धिदेह, आत्मदेह असे सात देह शास्त्रामध्ये सांगितलेले आहेत. यातील केवळ स्थूलदेहाच्याच - जो तुझ्या समोर आता पडलेला आहे, त्याच्या प्रेमात तू पडलेली आहेस. सर्वसामान्यतः सर्वात आधी पडतो तो स्थूलदेहच. त्यानंतर एक एक गळत जातात. अशा स्थूल देहासह स्वर्गापर्यंतचा प्रवास करणारी एकच प्रौढ व्यक्ती मला माहीत आहे, ती म्हणजे युधिष्ठिर. मात्र, त्यासाठी यमधर्माचे अत्यंत कठोर पालन करावे लागते किंवा नचिकेतप्रमाणे बालसुलभ कुतूहलाने प्रत्यक्ष यमाचा पिच्छा पुरवावा लागतो. त्यामुळे स्थूलदेहाची आसक्ती कमी केलेलीच चांगली. केवळ दुसऱ्याच्याच नाही, तर स्वतःच्याही. आसक्तीतून तृष्णा वाढते आणि तृष्णेची पूर्तता न झाल्यास चिरदाही वेदनाच नशिबी येतात.”

तुझ्या माहितीकरीता सांगतो. मूढ किंवा राक्षसीवृत्तीच्या लोकांमध्ये अमरत्वाविषयी सातत्याने आस राहिलेली आहे. कोणत्याही सुज्ञ माणसाने आजवर वरदानामध्ये अमरत्व मागितलेले नाही. अगदी ज्यांना अमरत्व मिळाले, जे चिरंजीव बनले, त्यांनीही कधी त्याचे वरदान मागितले नाही किंवा त्याची आस धरलेली नाही. माझाही स्थूलदेह मागेच दूर कोठेतरी राहिलेला आहे. मी चिरंजीव आहे, तो माझ्या कृती किंवा प्रतिभेच्या रूपाने. मला वाटते तुला तुझा वेडेपणा समजला असेल.” आवाज स्थिर झाला.

गोतमी विचारात पडली. तिच्या मनामध्ये एक शंका आली. ती विचारल्याशिवाय तिला राहवेना.

“व्यास महाराज, मी आपला आदर करते. मात्र, आपल्याही आधी रामायण रचले गेले. ती कृतीही सर्वसामान्यांच्या मुखी रुजली आहे. ती प्रतिभाही काही सामान्य नाही. मग वाल्मिकी ऋषी का चिरंजीव झाले नाहीत?”

“तुझा प्रश्न रास्त आहे, मुली! मात्र, वाल्मिकी त्यांच्या नायकाच्या फारच लोभात, मोहात पडले. अगदी त्यांच्या चुकाही त्यांनी उदात्त करण्याचा प्रयत्न केला. तीच त्यांच्या कृतीची किंवा प्रतिभेची मर्यादा ठरली. परिणामी ते चिरंजीवित्वापासून दूर राहिले असावेत. अर्थात, हा माझा अंदाज आहे. त्यांच्या कृतीतील हनुमान आणि बिभीषण या दोन व्यक्तिरेखा मात्र चिरंजीव झाल्या. कारण त्यांच्या संपूर्ण आयुष्यामध्ये चूक काढण्यासाठी

एकही जागा शिल्लक राहत नाही. मात्र, स्वतः वाल्मिकींनी आपल्या प्रतिभेला केवळ व्यक्तिस्तोमाची मर्यादा घातल्यामुळेच ते त्या पदापासून दूर राहिले. अर्थात, माणसाने सहनशील असण्यामध्ये काही वाईट नाही. मात्र, त्यायोगे तुम्ही किती वाहवत जाता हे महत्त्वाचे आहे."

तिच्या वृत्ती स्थिर झाल्या असल्या तरी हताशा अद्याप मनात खोलवर रुजलेली होती. आपले प्रयत्न थिटे पडल्याची बोच काही गेल्या जात नव्हती. तिने ती बोलून दाखवण्यासाठी तोंड उघडले, तोच व्यासांचा आवाज तिचा कानात घुमला.

"चिरंजीवित्वाचा तुला फारच सोस असेल, त्यांच्या प्रदेशाचा अनुभव तू प्रत्यक्ष घ्यावा. नाहीतरी माझ्यापासून ते फार दूर नाही. तिकडे जाण्यासाठी या माझ्यापासून निघालेल्या फांदीच्या खालून चालत राहा. ती त्या प्रदेशापर्यंत जाते. बळीराजा, परशुराम, हनुमान, बिभीषण, कृपाचार्य आणि अश्वत्थामा अशा सहाजणांचे चिरंजीव जग वसलेले आहे. ते इतके चिरंजीव आहे की, तिथे झाडावरील पानही गळून पडत नाही."

मुलाच्या जिवंत होण्याच्या शक्यता कमी होत चालल्याचे गोतमीला जाणवू लागले होते. एकाने कृतीतून मृत्यूचे अटळत्व दाखवले होते, तर दुसरा तत्त्वज्ञानातून त्याकडेच लक्ष वेधत आहे. आपल्या मुलाच्या मृत्यूचा विदारक अनुभव तिला आला होता. आता चिरंजीवांना भेटता आले, त्यांच्याकडून मूठभर मोहरी मिळवता आल्या तरी आपले काम होणार आहे. सत्याचा घोष करत राहणाऱ्या बुद्धाचा शब्द खोटा होणार नाही. म्हणजेच माझ्या मुलाला मिळवण्याची हीच एकमेव संधी आहे. ती कोणत्याही स्थितीमध्ये साधावी लागेल. ती व्यासांना पुनश्च नमस्कार करून निघाली. त्यांच्या चेहऱ्यावर हास्य होते. कदाचित तिच्या मनात उमटलेल्या भावना व्यासांनी जाणल्या असाव्यात. खांद्यावर मुलाला घेतले व एकेक पाय ओढीत प्रवासाला सुरुवात झाली. डोक्यावर प्रतिभेची फांदी होतीच, जणू तिने सावली धरली होती शेषनागाप्रमाणे. या प्रतिभेच्या जंगलामध्ये चित्रविचित्र प्राणी डोळ्यांना दिसत असले किंवा त्याचे बहुविध आवाज तिच्या कानापर्यंत पोहोचत असले तरी मनापर्यंत पोहोचत नव्हते. तिच्या मनामध्ये कोणताही कोलाहल नव्हता. साधी सामान्य मुलगी ते स्त्री, कदाचित मातृत्व एवढाच जीवनप्रवास आणि श्रावस्तीच्या चार चौकांचीच ओळख असलेल्या गोतमीने मोठाच पल्ला गाठला होता.

सामान्यतः अनोळखी ठिकाणी स्त्रियांना वाटणाऱ्या भीतीचा लवलेशही तिच्यामध्ये नव्हता. सर्वांत मोठी भीती असलेल्या मृत्यूच्या सान्निध्यात, मुलाला खांद्यावर घेऊनच विचाराच्या तंद्रीमध्ये तिचा प्रवास चालला होता. तिला वातावरणामध्ये अचानक काही वेगळेपणा जाणवू लागला. झाडांचे हिरवेपण संपले होते. बाराही महिने दुथडी भरून

वाहणाऱ्या, साऱ्या जीवनाला पोसणाऱ्या नद्यांचा प्रदेश संपून मरूभूमी सुरू व्हावी, असा भास झाला. खोडांचा रंग गडद तपकिरी ते काळा असा झालेला. त्यात जिवंतपणाची खूण नव्हती. झाडावरील पाने पिवळी पडली होती, पण जमिनीवर एकही पान दिसत नव्हते. व्यासांनी सांगितलेली खूण पटली. ध्येयाप्रति पोहोचल्याची जाणीव तिला सुखावून गेली.

एक कुटी दिसू लागली. एका बाजूला कोपऱ्यात मान खाली घालून कोणीतरी बसलेला होता. त्याच्या डोक्यावर लहान पायाचा ठसा स्पष्ट दिसत होता. तोच बळीराजा असावा, विष्णूने वामनावतारामध्ये डोक्यावर पाय ठेवून पाताळात रवानगी केलेला. त्याच्या पलीकडे पांढऱ्या शुभ्र दाढी, केसाची सिंहाप्रमाणे आयाळ झालेला परशुराम जमिनीवर काहीतरी शोधीत होता. त्याच्या मागे थोड्या दूर अंतरावर परशू पडलेला होता. तोच शोधत असेल कदाचित. कुटीच्या बाहेर यज्ञ करण्याची तयारी करत असलेला एक ब्राह्मण दिसत होता. तो बिभीषण होता. हातामध्ये धनुष्य घेऊन त्याला प्रत्यंचा लावणारा म्हातारा ब्राह्मण कदाचित कृपाचार्य असावा. कुटीच्या आतमधून आत्यंतिक वेदना झाल्याप्रमाणे, किंचित विव्हळल्यासारखा वाटणारा आवाज येत होता. मध्येच कुठूनतरी घोडा खिंकाळल्याप्रमाणेही आवाज आला, पण तोही खऱ्या घोड्याचा नक्कीच नसावा. कारण चिरंजीवित्वाच्या या विश्वात घोड्याला स्थान कोठून? वास्तविक ती येथवर पोहोचली कशी, याचेच गोतमीला आश्चर्य वाटत होते. कारण हा प्रांतच सामान्य माणसांना अप्राप्य. ती आपल्या विचारामध्ये गुंतलेली असतानाच अचानक डोक्यावरील फांदीवरून माकडाप्रमाणे ओरडल्याचा आवाज आला. तिचे लक्ष त्याकडे गेले. वयोवृद्ध झालेले प्रचंड मोठे वानरराज तिच्याकडे पाहून आवाज करत होते. त्यांची शेपटी खाली तिच्यासमोर रुळत होती. तो नक्कीच हनुमान असावा. मात्र त्याच्या छातीवर त्वचा उभी फाटली गेल्याचा व्रण दिसत होता. त्याच्या वेदना कदाचित त्याला होत असाव्यात. मात्र, तरीही त्याच्या मुखातून रामनामाचा जप सुरूच होता. तिने हनुमानाला ओळखले. लहानपणापासून रामायण आणि त्यांतील कथा सातत्याने कानावर पडल्याने या चिरंजीवाची तिला चांगलीच माहिती होती. गोतमीने नमस्कार केला. आपल्या येण्याचे प्रयोजन सांगितले.

बुद्धाने मागितलेल्या मोहरी या चिरंजीवित्वाच्या प्रदेशात कोणाकडे तरी नक्कीच मिळतील, असा विश्वासही व्यक्त केला. हनुमान म्हणाला, "मुली तुझ्या जिद्दीचे कौतुक करावे तेवढे थोडेच. या प्रदेशापर्यंत कोणत्याही मर्त्य माणसालाच नाही, तर देवादिकांनाही पोहोचता येत नाही. येथपर्यंत पोहोचण्याचा मार्ग सामान्य माणसांसाठी प्रचंड बिकट आहे. त्यात तू स्त्री असूनही कष्ट झेलत, मुलाचे ओझे पेलत येथवर आलीस, खरेच तुझे कौतुक. तुझ्या हातातील निळ्या रंगाच्या मुलाकडे पाहताच मला माझ्या रामाची आठवण

झाली. खरेतर मी सतत त्याचाच जप करत असतो. मात्र, अचानक श्रीरामाला जिवंत मानवी स्वरूपात पाहिल्यासारखे वाटले. तू मृत्यूला हरवण्याच्या किंवा माघार घ्यायला लावण्याच्या उद्देशाने आली असलीस, तर तुला एकच सांगतो. पृथ्वीवर जन्म घेतलेल्या कोणालाही अगदी देवालाही मृत्यू चुकलेला नाही.

माझ्या श्रीरामानेही शरयूमध्ये देहत्याग केला होता. हे शरीर घेऊन पुढील मार्ग सुकर होत नाही. त्याची प्रचंड अडचण होते. अगदी माझ्यावरून पाहा ना! माझ्या हृदयामध्ये प्रत्यक्ष राम बसलेला असतानाही शरीरासह स्वर्गामध्ये जाता येणार नाही. माझ्या स्वामीनिष्ठेमुळेच कदाचित मी चिरंजीव झालो असेन. मात्र, ही स्वामीनिष्ठा मला स्वतःची छाती फाडून

सतत दाखवीत राहावी लागते. सत्ययुगाच्या उत्तरार्धामध्येच ही स्थिती होती. आता मध्ये द्वापारयुग, त्रेतायुगही संपून गेले असेल, कलियुगही आले असेल. या वेळी स्वामीनिष्ठा किंवा भक्ती तुमच्या प्रत्येक कृती, शब्दांतून दिसल्याशिवाय ती मानलीच जात नसेल. त्यामुळे हा चिरंजीवित्वाचा मार्गही सामान्यांसाठी बंद झाला असेल.”

गोतमी अवाक झाली. समाजमनामध्ये रुजलेल्या प्रचंड ताकदवान, तरुण हनुमानापेक्षा तिच्यासमोर असलेले हे रूप अगदीच वेगळे भासले. तिला किंचित दया आली. प्रत्यक्ष हनुमानाची दया! तिच्या मनात प्रश्नांचे मोहोळ उठले. हनुमानाला कळल्याप्रमाणे त्याने स्मित केले. तो म्हणाला, “मी चिरंजीव असलो आणि माझे वडील पवन हे जरी अद्यापही पृथ्वीतलावर जिवंत असले तरी माझी माता स्वर्गवासी झाली आहे. त्यामुळे तुला माझ्या हातच्या मोहरीचा काही एक उपयोग होणार नाही. त्यापेक्षा ते समोर असलेले वयोवृद्ध पशुराम तुला नक्कीच मदत करू शकतील. कारण त्यांनी आपल्या प्रचंड रागीट पित्याच्या आज्ञेनुसार मातेचे शीर धडावेगळे केले. पुन्हा त्याच पित्याकडे मातेचे जीवन मागितले. त्यावेळी प्रत्यक्ष यमालाही माघारी फिरावे लागले होते. त्यांच्याकडे त्यांच्या पित्याकडून म्हणजेच जमदग्नी ऋषीकडून ती क्षमता नक्कीच आली असेल. त्यात तो स्वतः योग सामर्थ्य, युद्धकला ही रुद्राकडून शिकला आहे. त्यामुळे कळीकाळालाही मागे टाकण्याची त्यांच्यामध्ये नक्कीच क्षमता असेल. त्यांच्याकडे जा. येथपर्यंत येण्यासाठी तुला व्यासांनी अप्रत्यक्ष मदत केल्याचे दिसते. येथून तुला पुढे जाण्यासाठी माझ्या काही पुण्याचा वाटा देतो. जा मुली, तुझे भले होवो.”

गोतमीने हातातील मुलाचे कलेवर नीट धरले. मनाचा हिय्या केला. एकेक पाऊल टाकीत ती परशुरामांकडे गेली. त्यांच्या क्रोधाग्नीचा दाह आपल्यापर्यंत पोहोचणार नाही, इतपत दूर उभी राहिली. घाबरत नमस्कार केला. चाचपत परशू शोधणारे हात थबकले. त्यांनी तिच्याकडे पाहण्याचा प्रयत्न केला. दोन्ही हात डोळ्यांवर घेत पुन्हा निरखले. दृष्टी तशी अधूच झाली होती. पृथ्वीवरील किती युगे झाली होती कोणास ठाऊक. अलीकडे ती मोजायचीही बंद केली होती.

शंकरापासून विद्या मोठ्या कष्टाने मिळवल्यानंतर तिचा वापरही योग्य वेळी नेटाने केला होता. अगदी भीष्मासारखे महापराक्रमी शिष्यही निर्माण केले होते. मात्र, अलीकडे त्यांच्या हातामध्ये परशू ठरत नव्हता. या युगामध्ये अहिंसेचे तत्त्व वेगाने उसळून वर येत होते. घाबरतच गोतमीने त्यांची स्तुती करायला प्रारंभ केला. “महापराक्रमी परशुराम, अत्याचारी क्षत्रियांचा नाश करून पृथ्वीला मुक्त करणाऱ्या महाराजांना माझा नमस्कार. आपण तसे त्रिकालज्ञानी आहात, मी का आले आहे हेही आपल्याला समजले असेल. मृत्यूने माझ्या

मुलाला जीवन समजून येण्याच्या आधीच नेले आहे. त्याला पुनरुजीवित करण्याचे सामर्थ्य महाराज आपल्यामध्ये नक्कीच आहे. आपण आपल्या मातोश्रींना पित्याच्या क्रोधापासून शिताफीने वाचवले होते. तसेच मृत्यूपासूनही वाचवले होते. तसेच माझ्या मुलालाही वाचवण्यासाठी आपण नक्कीच मदत कराल, अशी आशा वाटते."

परशुरामांनी गोतमीकडे आणि तिच्या हातातील निळेशार पडलेल्या तिच्या मुलाच्या कलेवराकडे पाहिले.

"मुली, तू उगीचच धावपळ करते आहेस. मृत्यूपासून कोणी पळ काढून काही फायदा होत नाही. आज ना उद्या काळाच्या मुखामध्ये जावेच लागते. उलट मी म्हणतो, आम्हा पामरांना ते सौख्य नाही. या प्रदीर्घ जन्मातील प्रत्येक स्मृतीचे ओझे खरेतर पेलवेनासे झाले आहे. त्यात त्रिकालज्ञानाचा भार वेगळाच आहे. सामान्य माणसाला केवळ भूतकाळ, कदाचित वर्तमान आणि नजिकचे त्याच्या दृष्टिक्षेपातील भविष्य यांचाच भार पेलायचा असतो. तो त्याच्या मृत्यूनंतर संपून जातो. नवीन जन्मामध्ये नव्याने कर्म करायला तुम्ही नव्या शरीरानिशी तयार असता. आमच्यासारखे त्याच जीर्ण शरीराने ओझे पेलावे लागत नाही. त्यामुळे सत्य परिस्थितीला सामोरी जा, उलट मृत्यूला निर्भयपणे सामोऱ्या गेलेल्या आपल्या चिमुरड्याला अशा प्रयत्नातून कमीपणा आणू नकोस."

"पण महाराज, या मुलामुळेच माझ्या जीवनाला खरा अर्थ मिळाला. त्याआधीही मी शून्य होते, नंतरही केवळ शून्यच राहीन. तो असेल तरच मी जगण्यात अर्थ आहे. अन्यथा पोतेऱ्यात आणि माझ्यात फरक तो काय?"

"नाही मुली, आपण केवळ माध्यम असतो. तू आज माता म्हणून एखाद्याला जन्म, जीवन दिल्याचा गर्व असेल की माझ्याप्रमाणे अत्याचारी क्षत्रियांचा २१ वेळा नायनाट केल्याचा म्हणजेच त्यांचा मृत्यू ठरल्याचा माझा अभिमान असेल. हे दोन्ही विकार उद्भवले ते आपण माध्यम असल्याचे विसरल्यानेच. या मुलाच्या जन्मामुळे तू माता झालीस, तुझ्यावरील वांझपणाचा लागलेला डाग धुऊन गेला. त्यामुळे त्याच्या अधिकच मोहात पडली आहेस. विसरून जा त्याला, त्याच्या शरीरालाही दहन कर. फार हाल करू नकोस त्याच्या शरीराचे."

"पण..." ती आणखी बोलण्याआधीच तिला तोडत परशुराम म्हणाले, "मला चिरंजीवित्वाचा अनुभव असल्याने माझ्या दोन्ही शिष्यांना यापासून दूर ठेवण्याचा प्रयत्न केला. पहिला शिष्य म्हणजे भीष्म. शस्त्र, शास्त्र, कला यात निपुण असून, महानिर्धारी. केवळ एका प्रतिज्ञेसाठी आयुष्य पणाला लावल्यानेच चिरंजीव झाला असता. मातेने त्याला आधीच इच्छामृत्यूचे वरदान दिले होते. अगदी त्याला अनेकवेळा वाटले की मृत्यूने

आपल्याला पदरात घ्यावे. द्रौपदीचे वस्त्रहरण असो की सत्याच्या विरुद्ध लढण्यासाठी उभे राहिल्यावर अशा अनेक प्रसंगात त्याला प्रतिज्ञेने बांधून ठेवले होते. म्हणजे इच्छा केल्यावर मृत्यू मिळणार असतानाही त्याला आवाहन करता येत नाही. किती असहाय्य वाटले असेल त्याला? तसाच तो कर्णही आला होता माझ्याकडे विद्या शिकायला. माझ्याकडून शंकरांनी शिकवलेली विद्या म्हणजे अभेद्य अशी तटबंदीच. कोणताही मृत्यू स्वतःच्या पावलाने त्यात शिरू शकणार नाही. त्याच्यात चिरंजीव होण्याची क्षमता होती. कारण त्याचे मित्रप्रेम आणि दानशूरता. मित्रप्रेमाची ओळख म्हणजे कर्ण असे झाले. पण मला यातील दुःखे माहीत आहेत. म्हणूनच त्याला क्षुल्लक कारण पुढे करत शाप दिला- शिकवलेली विद्या ऐनवेळी न आठवण्याचा. म्हणूनच तो मृत झाला आणि यातून सुटला. मुली, मृत्यू म्हणजे सुटका आहे गं!"

ते पुढे तिला विसरून गेल्यासारखे स्वतःशीच पुटपुटू लागले. गोतमीने हात जोडले व पुढे निघाली. यज्ञाची तयारी करत असलेल्या बिभीषण आणि प्रत्यंचा लावणाऱ्या कृपाचार्यांच्या मधोमध उभे राहून दोघांनाही एकाच वेळी नमस्कार केला. आपल्या येण्याचे प्रयोजन सांगून मदतीची विनंती केली.

बिभीषण म्हणाला, "माझ्या मोहरी तर तुझ्या काहीच कामाच्या नाहीत. माझे सर्व बंधू, पुतणे यांच्या मृत्यूला आमच्या राक्षसवंशाच्या विच्छेदाला मीच अपरोक्षपणे कारण ठरलो आहे. त्यामुळे मृत्यूने आमच्या घरातच ठाण मांडले होते. मी सत्याची बाजू घेतल्याने चिरंजीव असलो तरी माझ्या भावंडांना मी सुधारू किंवा रोखू शकलो नाही, याचे शल्य काळजात घुसलेले आहे. त्याच्या वेदना असह्य होतात. ते त्यांच्या कर्मांनी मेले, असे म्हणून शांतता मिळत नाही."

कृपाचार्य म्हणाले, "मी का चिरंजीव आहे, याचा विचार अनेकवेळा करूनही कारण माझ्या लक्षात येत नाही. सामान्य ब्राह्मणाप्रमाणे ज्ञानार्जन करणे, ज्ञानदान करणे यात माझे आयुष्य गेले. महाराजांनी आश्रय दिला म्हणून त्यांच्या बाजूने युद्धामध्येही उतरलो. माझे कर्म पूर्ण केले. मात्र, अंतिमक्षणी अश्वत्थाम्याच्या आत्यंतिक क्रौर्यामध्ये मीही साथ केली. कोणत्याही धनुष्याची प्रत्यंचा ताणलेली असेल तरच ते कार्य करण्यास योग्य राहते. माझे आयुष्यच असे प्रत्यंचा नसलेल्या धनुष्यासारखे झाले आहे. अशा कार्यहीन चिरंजीवित्वाचे मी काय कौतुक सांगावे? आमच्या साऱ्यांना केवळ आपल्या कृत्यांचे, स्मृतींचे ओझे असले तरी चिरंजीवित्वाच्या खऱ्या वेदना कळण्यासाठी तू कुटीत वेदनांनी तळमळत असलेल्या अश्वत्थाम्यालाच भेटावे. म्हणजे तू मृत्यूपासून मुलाला वाचवण्याचा प्रयत्नही करणार नाहीस."

गोतमीची पावले कुटीकडे पडू लागली. आतून विव्हळण्याचा आवाज येत होता. ती आत गेली. नमस्कार करावा की नाही, या पेचात असतानाच त्याचे तिच्याकडे लक्ष गेले. त्याची चिडचीड झाली. त्याने कुटीच्या बाहेर झालेले बोलणे ऐकलेले असावे. कपाळाच्या मध्यातून उठणाऱ्या वेदनांसाठी तिच कारणीभूत असल्याप्रमाणे तो गोतमीवर ओरडला.

"माझ्या पित्याच्या परमोच्च वात्सल्यानेच माझा घात गेला. माझ्यावरील प्रेमामुळे माझ्या वडिलांना मृत्यूला सामोरे जावे लागले. त्यांनी दिलेल्या अमोघ विद्यांमुळे मी अजेय झालो, अमर झालो. मात्र माझ्या वडिलांना मी वाचवू शकलो नाही. मी मेल्याचे कळाल्याने वडिलांनी शस्त्र खाली ठेवले. त्यांच्या हाती शस्त्र असताना त्यांच्याशी लढण्याची हिंमत कोणाच्यातही नव्हती. अगदी द्रोणाचार्यांच्या वधाच्या निमित्ताने जन्म घेतलेल्या दृष्टद्युम्नातही नव्हती. मात्र, वात्सल्याने घात केला. आता तुझे वात्सल्य तुझ्या मुलाचाही घात करणार आहे."

"पण महाराज, पित्याचे वात्सल्य आणि मातेचे वात्सल्य यात फरक असतो? तुम्ही सर्वांनी कितीही सांगितले तरी मुलाला मृत्यूच्या तावडीतून सोडवण्याची माझी इच्छा प्रबळ होत चालली आहे. तुमच्या प्रत्येक शब्दांने यज्ञामध्ये तूप पडत राहावा, तसा भडका माझ्या विचारात उत्पन्न होत आहे. आपण सर्व जण चिरंजीव आहात. तुमच्याकडून मला केवळ मूठभर मोहरी हव्या आहेत."

"मुले मोठी झाली की आपल्या वाटेने जाऊ द्यावीत. त्यांच्यात अडकून राहिल्यास तुम्हाला मोक्ष मिळत नाही. माझ्यात अडकल्यामुळे वडिलांनाही कदाचित मोक्ष मिळाला नाही. किमान युद्ध करताना मृत झाले असते तरी त्यांना स्वर्ग नक्कीच प्राप्त झाला असता. पण शस्त्र खाली ठेवल्याने तोही त्यांना मिळाला नसावा. तुही प्रेमापोटी तेच करते आहेस. मुलाचे शरीर अद्यापही शास्त्रोक्त पद्धतीने दहन न झाल्याने तोही अडकून पडला असेल. जा बाई! मुक्त होऊ दे त्याला. या असल्या पोकळ भ्रमामध्ये, वेदनांच्या डोहामध्ये मुलाला अडकवू नकोस. या शरीरामुळे मुलाच्या चेतना अद्यापही आजूबाजूला घुटमळत असतील. माझ्या शरीराला फुटलेल्या जखमांमुळे, वाहणाऱ्या रक्त-मांसाच्या चिखलामुळे मला स्वतःचीच घृणा वाटते. शरीराच्या फार प्रेमात पडू नकोस. तुला नक्की कोण पाहिजे, तुझ्या मुलाचे शरीर तर तुझ्या जवळच आहे. ते जपून ठेवण्याची कला त्या किमयागाराजवळ होती. त्याच्या साह्याने ते तुलाही शक्य होते. ते तू टाळलेस. म्हणजे तुला शरीर नको आहे, त्याचा आत्मा तुझ्यासोबत असावा अशी इच्छा आहे. शरीराविना आत्म्यांचे खेळ, अगदी तुझ्या मुलाचे असले तरी तुला झेपणार आहेत का? जा, असा अगोचरपणा करू नकोस... आत्म्यांना मुक्ती मिळाली नाही तर काय होते पाहायचे आहे का तुला? मी

स्वतः चिरंजीव असलो तरी माझ्या नीच कृत्यांमुळे, नवजात बालकांच्या हत्येमुळे अनेक वेळा माझी पिशाच्चात गणना होते. मी वेदना कमी करण्यासाठी तेलाची मागणी करताच पिशाच्च पाहिल्याप्रमाणे लोक घाबरून दूर जातात. असले चिरंजीवित्व काय कामाचे, तुझ्या मुलाला मुक्ती मिळू दे, अशीच प्रार्थना मी करतो."

गोतमी विचारात पडली. स्वतः वेदनेमध्ये पूर्ण बुडालेल्या माणसाला अन्य लोकांची वेदना कळत तरी असेल का, असा प्रश्न तिच्या मनात आला. तिने नमस्कार केला. आपल्या मुलाचे शरीर उचलले. ते तिला अधिकच जड लागले. पाऊल पुढे टाकणार तोच पुन्हा अश्वत्थाम्याचा किचिंत घोड्याच्या खिंकाळण्यासारखा आवाज तिच्या कानात घुमला.

"इतक्या दूर आलीस तर आत्म्यांच्या जगात तुझ्या मुलाचा आत्मा आहे का, ते पाहून जा. तेवढेच तुझ्या मनाचे समाधान."

त्याने तिला लोलकाप्रमाणे दिसणारी एक वस्तू देत सांगितले. "याच्या साह्याने तू आत्म्याचा जगाच्या सीमारेषेपर्यंत जाऊ शकशील. मात्र, ती तू ओलांडू नकोस. कारण कोणत्याही जिवंत माणसाला त्या जगात प्रवेश नाही. सीमारेषेपाशी थांबून आवाहन कर. तुझ्या नशिबात असल्यास तुला तुझ्या मुलाशी बोलता येईल."

तिला त्याच्या सल्ल्याचा आधी रागच आला होता. मात्र, खरोखर त्याची आपल्याला मदत करण्याची इच्छा असल्याचे पाहून तिचा कंठ दाटून आला. तिच्या डोळ्यांतले अश्रू सततच्या रडण्यामुळे आटून गेले होते, अन्यथा अश्रूपातच झाला असता. लोलकामध्ये पाहत तिने अश्वत्थाम्याने सांगितल्याप्रमाणे सर्व कृती केली. एकदम भोवंडून गेल्याप्रमाणे झाले. आजूबाजूला उंच वादळ घोंगावत जावे, त्याप्रमाणे परिस्थिती निर्माण झाली. त्यात ती पिसाप्रमाणे हलकी होऊन उडू लागली. शरीराचा प्रत्येक भाग तुटून आता वेगळा होतोय की काय अशी स्थिती होती. वेदनांनी शरीर पूर्णपणे भरून गेले. शरीर नाहीसे होऊन केवळ वेदनाच शिल्लक राहिल्या असाव्यात. पुढे काही वेळाने त्याही कमी होत, आपण आहोत एवढीच जाणीव राहिली.

तिला समोर काही झाडे दिसू लागली. झाडांवर पानांपेक्षाही अमरवेलच वाढलेली दिसत होती. त्यात झाडाचा जीव अगदी गुदमरून गेला असावा, इतकी घनदाट अमरवेल वाढलेली होती. कोणत्याही सामान्य माणसाला अशा परजीवी वनस्पतीचा तिटकारा येतो, तसाच तो गोतमीलाही आला. स्वतः अन्नाचा एक कणही निर्माण न करता ही वनस्पती जगत राहते. बरे, तिला मुळेही नाहीत, त्यामुळे सामान्यातल्या सामान्य झाडाला, झुडुपाला असते तितकीही सखोलता नाही. अमरवेल दुसऱ्या झाडामध्ये शिरून स्वतःची वाढ करून घेते. इथे तर अमरवेलीचेच जंगल होते. त्यांचे टोकच दिसू नये इतके जंजाळ झालेले. ती

जिथे होती, त्याच्या एका बाजूला साध्या झाडांचे जंगल दिसत होते. सीमारेषा स्पष्ट होती. तिला जाणवले. अमरवेलीचे जग म्हणजेच आत्म्याचे जग. आत्माही असाच कोणत्या ना कोणत्या शरीरामध्ये आपले मूळ रोवून राहतो. त्याला स्वतःला कोणतेही कर्म नाही. मृत्यू नाही. कोणतीही आशा, आकांक्षा किंवा अलिप्तता नाही. आपण साऱ्यात असूनही

साऱ्यापेक्षा वेगळे असल्याची भावना म्हणजेच आत्मा असावा का? गोतमीला प्रश्न पडला. तिची चाहूल लागल्यामुळे असेल कदाचित, पण अमरवेलीच्या जंगलातून बिचकत बिचकत एकेक आत्मा पुढे येऊ लागला.

अंगठ्याप्रमाणे आकार असलेला, तिळाप्रमाणे आकाराचा, ज्योतीप्रमाणे चकाकणारा, पण त्यात कोणताही दाह नसणारा. एक तर चक्क मानवी देहाची आकृती असलेलाही आत्मा त्यात दिसतो. त्यात ती आपल्या मुलाचा आत्मा शोधण्याचा प्रयत्न करते आहे. पण तो दिसत नसल्याने आणखी बेचैन होते. ती बोलण्याचा प्रयत्न करते. पण शब्दच फुटत नाहीत. मात्र, तिला काय म्हणायचे आहे, ते ओळखल्याप्रमाणे एक आत्मा किंचित घोगऱ्या आवाजात बोलू लागतो. सुरुवातीला त्यातील अवाक्षरही कळत नाही. मग मात्र सारा प्राण कानात गोळा करून ऐकण्याचा प्रयत्न करते. एकेक अक्षर लागत जाते.

"तू मुलाच्या शोधात आलीस ना! आम्हीही तुझ्या मुलासारखेच आहोत. बरे झाले ते शरीरही घेऊन आलीस. आम्ही शरीराशिवाय शून्य आहोत, पंगू आहोत. मला ते शरीर दिलेस तर मी तुझा आभारी राहीन. अगदी मुलाप्रमाणे सांभाळ करीन."

"पण तू माझा खरा मुलगा नाहीस ना!"

"येथे या जगात तुझा खरा मुलगा कसा शोधशील? कारण तू त्याला केवळ शरीरावरून ओळखत होतीस. आताशा काही शब्द बोलू लागलेल्या मुलाचे मन, त्याचे विचार, भावनाही तुला फारशा माहीत नाहीत. तो जवळ आला की तुला पान्हा फुटत असेल, तेवढीच तुझ्या शरीरालाही त्याची ओळख. तुझ्या स्तनाला बिलगलेल्या बाळाचे चोखणे एवढेच माहीत. कदाचित त्याच्या ओल्या कोवळ्या जावळामध्ये हात फिरवताना होणारा स्पर्शही तुला आठवत असेल. मात्र, आत्म्याला कोणीही स्पर्श करू शकत नाही, त्यामुळे त्याची अनुभूती तुला येणार कशी?"

"मी याचा विचारही केला नव्हता. आता मी माझ्या मुलाला कसे ओळखू?" असे म्हणून गोतमीने विलाप सुरू केला. तिच्या रडण्यामुळे सारे आत्मे भांबावून गेले. त्यातील एका पोक्त आत्म्याने तिला विचारले की, "तू येथवर कशाला आलीस?"

"तुझा मुलगा काय किंवा अन्य कोणी काय, साऱ्यांचे आत्मे अमर आहेत. तू त्याला मरणापासून वाचवण्याचा विचार करतेस तोच येथे फोल आहे. कारण कृष्णांने गीतेमध्ये सांगितल्याप्रमाणे कोणीही त्याला मारू शकत नाही. अग्नीही त्याला जाळू शकत नाही. (नैनं छिदन्ती शस्त्रांनी, नैनं दहति पावक) तो केवळ एका शरीरातून दुसऱ्या शरीरात जातो. दुसरे शरीर मिळेपर्यंतचा काळ तो स्वर्गात राहणार की नरकात, हे त्याच्या पूर्वी शरीरात असताना केलेल्या कर्माप्रमाणे ठरते. त्याचे योग्य तितके सुख किंवा दुःख भोगल्यानंतर

पुन्हा जन्म घेण्यासाठी त्याचा प्रवास सुरू होतो असे तुमचे शास्त्र म्हणत असले तरी त्यात काही खरे नाही. कारण आम्ही आत्मे अमर असल्याचे कोणतेही सुख किंवा दुःख उपभोगू शकत नाही. त्यासाठी शरीर लागते. काही आमच्यासारखे अभागी आत्मे असतात, त्यांना योग्य शरीर मिळत नाही. पूर्वकाली त्यांनी आपल्याला मिळालेल्या शरीराकडे दुर्लक्ष केलेले असते. ते विविध व्यसनांनी खराब केलेले असते. ते येथे या अमरवेलीच्या जंगलात अडकून पडलेले असतात. जीवनाचा योग्य वापर करणारे सत्कृत्ये करणारे आत्मे आपला संपूर्ण प्रवास संपवून परमात्म्यामध्ये समाविष्ठ होतात, असे म्हणतात. आमच्यापैकी कोणीही तिथपर्यंत पोहोचलेलो नाहीत, त्यामुळे त्याविषयी अधिक काय सांगणार? तू तुझ्या मुलाचे शरीर घेऊन आल्याचे समजल्याने अनेकांना ते हवे आहे. तेव्हा तू जितक्या लवकर येथून निघता येईल, तितक्या लवकर निघ. अन्यथा, तुझ्या मुलाचे शरीर ताब्यात घेण्यावरून त्यांच्यात झगडा सुरू होईल. तो तुझ्यासारख्या मर्त्य स्त्रीला मानवणार नाही."

काही क्षण थांबून तो पुढे म्हणाला, "खरेतर शरीर म्हणजे ती व्यक्ती नाही. आत्मा एकटाही काही व्यक्तीची पूर्ण ओळख होऊ शकत नाही. शरीर आणि आत्मा यांच्या एकत्रीकरणातून तयार होणारा मर्त्य माणूसच खरा, हे लक्षात ठेव. त्याला मृत्यूपासून वेगळा करण्याचा प्रयत्न करू नकोस. जीवनाचा अंत आहे म्हणून ते सुंदर आहे. प्रवाही आहे म्हणून शुद्ध आहे. मृत्यूविना जीवन म्हणजे जिवंत झरा नसलेला नुसताच डोह. त्यात पाणी शुद्ध राहू शकत नाही. केवळ स्मृतींचे शेवाळ वाढत जाते, त्यात त्या जिवंतपणाचा श्वास गुदमरायला लागतो. ते अमरपण मग असह्य होऊ लागते. चिरंजीवित्व छळायला लागते. ते वरदान न राहता शाप बनून जाते. त्यामुळे आपल्या मर्त्य मुलाने केलेला नागाबरोबरच संघर्ष आठव, मृत्यूबरोबर घेतलेली झुंज लक्षात ठेव. मृत्यूला हव्या तर चार शिव्या घाल. पण एक लक्षात ठेव, मृत्यू भला आहे. तो तुमच्या कोणत्याही प्रमादांना विसरून जातो. आपल्यावर दया दाखवतो. आपल्याला मायेच्या पंखाखाली घेतो. म्हणून आम्ही आत्मे अमर असूनही नेहमी म्हणतो,

हे मृत्यो, तुझे भले होवो... तुझे भले होवो... तुझे भले होवो!

त्या आवाजानेच पराभव झाल्याप्रमाणे गोतमी पुन्हा पृथ्वीतलावर भिरकावली गेली.

मनाच्या दशांतून फुलल्या दिशा

गोतमी आत्म्याशी बोलत होती, तेव्हा त्यांनी सुरू केलेले मृत्यूचे कौतुक तिला सहन होईना. आपल्या मुलाचा मृत्यू झालेला असताना कोणी मृत्यूचे कौतुक करत असेल तर कोणत्या मातेला आवडेल? इथे तर प्रत्येक आत्मा मृत्यूच्या कौतुकात मग्न होता. ज्या शरीराविषयी सर्व धर्म आणि पंथ केवळ भोगाचे साधन म्हणून पाहत होते, त्याची मागणी इथे जोरात होती. तिला खरेतर मुलाच्या कलेवराचे आतापर्यंतच्या संपूर्ण प्रवासामध्ये कसलेही ओझे वाटले नव्हते. मात्र, इथे आत्म्यांच्या जगामध्ये त्याच्या शरीराची आस, लालसा धरलेले हजारो आत्मे पाहून तिला भीती वाटू लागली. मात्र, या साऱ्या सामान्य आत्म्यांचा आपल्याला काहीही फायदा होणार नाही, हे स्पष्ट दिसून आल्याने ती निराश झाली. महात्म्यांचे जग वेगळे असते का? तिच्या मनामध्ये प्रश्न येताच आपसूक स्फुरावे त्याप्रमाणे उत्तर आले. ती चकीत झाली, तिच्या मनामध्ये प्रश्न उमटण्याआधीच कोणीतरी वाचून त्यावर उत्तर दिल्याप्रमाणे झाले. कोणी आत्मा तिला पुढील मार्ग सांगत होता.

''आत्म्यांच्या जगाच्या सीमारेषेवरून सरळ पुढे चालत जा, तिथे महान आत्मे वसलेले दिसून येतील. आपल्याला वाटते, त्याप्रमाणे महान आत्मे काही स्वर्गात राहत नाही. त्यांचे एक वेगळे जग तयार झालेले आहे. कारण स्वर्गातील अनेक सारी सुखे त्यांनी मर्त्यजगात असतानाही नाकारलेलीच होती. मग इथे स्वर्गामध्ये त्यांचा उपभोग घेणे या आत्म्यांना योग्य वाटत नाही.''

"म्हणजे पृथ्वीवर काही जणांनी केवळ देवधर्माच्या भीतीने अनेक सुखे नाकारली, काही जणांनी स्वर्गाच्या आशेने सुखांवर पाणी सोडले, त्यांना इथेही त्यापासून वंचित राहावे लागते की काय,'' गोतमीच्या मनामध्ये प्रश्नांचे जंजाळ उभे राहिले.

या प्रश्नांचे उत्तर मात्र आले नाही. त्याऐवजी पोक्त सल्ला मिळाला. "नको त्या प्रश्नांमध्ये गुरफटून पडू नकोस, तू ज्या कामासाठी आलीस त्यावर लक्ष केंद्रित कर, नाहीतर या जगामध्ये

मनाला मोहून, भ्रमात पाडणाऱ्या अनेक गोष्टी आहेत, त्यात गुंतून पडशील. 'जा पोरी जा... मुलाच्या शरीराला घेऊन जा...' अधिक काळ इथे रेंगाळशील, तर हे आत्मे कदाचित हिंस्र होतील, कोणाच्याही आवरण्याने आवरणार नाहीत. या सीमारेषेचे बंधन त्यांना फार काळ बांधून ठेवू शकणार नाही. दिवस संपला, रात्र सुरू झाली की आत्म्यांची ताकद वाढते."

तिने प्रश्नांचा मोह टाळला. मुलाला पुन्हा खांद्यावर घेऊन तिचा प्रवास सुरू झाला. या प्रदेशामध्ये कालमापनाला तसा काही अर्थ नसतो. सरलेला प्रत्येक क्षण कितीतरी मोठा असू शकतो. पृथ्वीवरील आयुष्ये संपून गेलेली असू शकतात. महान आत्म्यांचा प्रदेश म्हणजे अंधारातून प्रकाश अशी तिची कल्पना होती. मात्र, इथे सारा संधीप्रकाश पसरलेला होता. संपूर्ण क्षीतिज दूरपर्यंत लालभडक नक्षीने नटलेले होते. वातावरण जरी आल्हाददायक वाटत असले तरी लाल रंगामुळे उगीचच रक्ताची आठवण येत होती. प्रचंड लालसर पोकळीमध्ये किंवा एखाद्या गर्भामध्ये आपला प्रवास सुरू आहे, असा भास होत होता. महान आत्म्यांचे जग आले असल्याच्या खूणा तिला जाणवू लागल्या. हे आत्मे पहाटेच्या म्हणजे मोक्षाच्या जवळ असले पाहिजेत. आता त्यांच्या जीवनामध्ये मोक्षाची सकाळ होणार असे हे सारे वातावरण होते. तरीही प्रचंड ताण होता.

एखाद्या गर्भवती महिलेच्या शेवटच्या टप्प्यात आता कोणत्याही क्षणी या अवजड ओझ्यातून सुटका होण्याआधी असतो, तसा. सुटका होण्याचा काळ जवळ आल्याच्या भावनेमध्ये सध्याच्या वेदना, दुःख भोगत राहावे तसे येथील आत्म्यांचे अस्तित्व तिला जाणवत होते. या महान आत्म्यांच्या जगात कोणाशी बोलायचे, माहीत नव्हते. पण केवळ दोन नावे तिच्या समोर होती. तीही केवळ व्यासांच्या मुखातून आल्याने तिला आता आठवली. तिने त्यातील कोणत्या नावांचे स्मरण करायचे याचा काही क्षण विचार केला. स्वतः चिरंजीव होऊ न शकलेले, परंतु त्यांच्या दोन पात्रांना चिरंजीवित्व मिळाले, असे वाल्मिकी ऋषी आपल्याला मुलाला पुन्हा जिवंत करू शकतील, असे तिला उगीचच वाटले. तिने त्यांचे स्मरण केले. समोरच्या लालसर ढगातून जमिनीवर पांढऱ्या रंगाचा धूर खाली आला. तो हळूहळू वितळून त्यातून पांढराशुभ्र पंचा, धोतरामध्ये तितक्याच पांढऱ्याशुभ्र दाढीमिश्यांची आकृती तयार झाली.

गोतमीने हातातील कलेवर अलगद खाली ठेवत वाल्मिकींना नमस्कार केला. आपल्या येण्याचे प्रयोजन सांगितले. मुलाच्या मृत्यूने आपल्या जगण्याचा अर्थ कसा हरवला, याचा पाढा वाचला. महर्षींच्या चेहऱ्यांवर ताण दिसत होता. तो हळूहळू निवळला. समोरच्या अनोळखी व्यक्तींच्या मनामध्ये शिरण्याचा ताण त्यांनी घेतला नव्हता. अलीकडे अशा साऱ्या सिद्धींचा वापरही ते कमी करू लागले होते.

तिला काय सांगायचे, याची मनात उजळणी केली. शब्दांची जोडणी केली. खरेतर त्यांच्या सारख्या भाषाप्रभूंच्या शब्दांना सत्यांचे बळ मिळायला हवे. अलीकडे त्यांची धार कमी होत गेली होती. एकेकाळी ते बोलत, ते सत्य होई. आता केवळ सत्य तेच बोलायचे व्रत त्यांनी घेतले होते.

"गोतमी, आज तुझ्या बाळाचा वियोग झाल्याने तू कदाचित कुणाचेही काही ऐकून घेण्याच्या स्थितीत असणार नाहीस. कोणतेही सांत्वनाचे शब्द तुझे दुःख कमी करण्यासाठी उपयुक्त ठरणार नाहीत. हे माहीत असतानाही व्यर्थ आणि फुकाचे शब्द बुडबुडे तयार करत बसण्यात फारसा अर्थ नाही. त्यामुळे जे काही निष्ठुर सत्य आहे, ते मी तितक्याच स्पष्ट शब्दांत सांगणार आहे. तुझी ऐकायची तयारी असल्यास थांब, नाहीतर कोणत्याही क्षणी तू मला थांबवून अन्य मार्ग घ्यायला मोकळी आहेस.

जन्म, जीवन, मृत्यू आणि अशा अनेक जन्म-मृत्यूच्या शृंखलेअंती मोक्ष ही साधारण सद्गतीची कल्पना आहे. तुझ्या मुलाच्या बाबतीत जन्म आणि मृत्यू याच्या दरम्यानचा काळ अत्यंत कमी आहे. त्याचे तुला वाईट वाटते आहे. मात्र, आपल्या पुराणातील एका ऋषीची गोष्ट तुला माहिती आहे का? त्याला आपला पुढील जन्म हा वराहाच्या पोटी येणार असल्याचे ज्ञान आधीच झाले होते. त्याने आपल्या प्रियतम शिष्याला बोलावून आपल्या आश्रमाच्या परिसरात फिरणाऱ्या वराहाच्या मादीकडे निर्देश करून तिच्या पोटी आपला पुढील जन्म होणार असल्याचे सांगितले. आपल्याला वराह अवस्थेत ओळखण्याच्या काही खुणाही सांगितल्या. माझ्या मृत्यूनंतर साधारण तिसऱ्या वेतामध्ये तिच्या पोटी आपला जन्म होणार असून, जन्म होताच त्या पिल्लाला लवकरात लवकर मृत्यू द्या. मुक्त करा, असे ते सांगतात. एकूण मृत्यूच्या शृंखलेतील एक नकोसा असलेला जन्म आणि अत्यंत घाणीतील घृणास्पद जगणे नाहिसे करण्याची कृपा करण्यास आपल्या शिष्यांना सांगतात. हीच त्यांची गुरुदक्षिणा असल्याचेही ते सांगतात.

प्रथम या गोष्टीतून जगण्याचे महत्त्व नाकारण्याचा प्रयत्न आहे, असे तुला वाटू शकेल. पण तसे नाही, ही गोष्ट इथेच संपत नाही. पुढे खरोखरच त्या वराह मादीच्या तिसऱ्या वेतामध्ये त्या ऋषींच्या शिष्यांना आपल्या गुरूंनी वर्णन केल्याप्रमाणे पिल्लू दिसते. व्यायलेली वराह मादी ही प्रचंड आक्रमक असते. ती कोणालाही आसपास फिरकू देत नाही. तिच्या आक्रमकपणामुळे शिष्यांना ते पिल्लू पकडण्यामध्ये काही काळ जातो. शेवटी महत्प्रयासाने त्याला पकडल्यानंतर मृत्यूच्या स्वाधीन करण्याचे कर्म आपल्यापैकी कोणी करायचे, या पापाचे धनी कोणी व्हायचे, यावरून शिष्यामध्ये गोंधळ उडतो. गुरूची इच्छा असली तरी त्याप्रमाणे कृत्य कसे आणि कोणी करायचे, यावरून बराच खल झाल्यानंतर परिसरातील

चांडाळाचा शोध घेऊ लागतात. या दरम्यानचा काळ त्या ऋषींना वराह अवस्थेमध्ये घालवावा लागतो. या पिल्लावस्थेतही आपल्याला जे घाण, विष्ठायुक्त किंवा वाईट जगणे वाटते ते किती यथार्थ आहे, याची ऋषींना जाणीव होते. ते स्वतः आपल्या शिष्यांना आपल्या मागील जन्मातून मागण्यापासून मुक्त करतात. आणि स्वतःला न मारण्याची विनंती करतात. मोठ्या पेचातून सुटका झालेले शिष्यही त्या पिल्लाला मुक्त करतात. ते ऋषी वराहाचा जन्म पूर्ण जगतात. त्यातील सर्व चांगली-वाईट कर्मे ते करतात, त्यानंतर नैसर्गिक मृत्यूला सामोरे जातात. जन्म आणि मृत्यूच्या मध्ये जीवन जगताना तुम्ही करत असलेली कर्मे अत्यंत महत्त्वाची आहेत. त्यावर त्या साखळीची लांबी किती वाढणार किंवा कमी होणार हे ठरते, असे ज्ञानीजनांचे मत आहे.

वाल्मिकींनी बोलण्यामध्ये किंचित उसंत घेतली.

गोतमीला राहवले नाही, ती म्हणाली, "महाराज ८४ लक्ष योनींतून फिरणाऱ्या जन्म मृत्यूच्या फेऱ्याची बाब मलाही माहीत आहे. मात्र, त्यातील मानवी जन्म हा सजगपणे मोक्षाची प्राप्ती करण्यासाठी अत्यंत महत्त्वाचा असल्याचेही मी ऐकले आहे. माझ्या मुलाला ती संधीही कमी मिळाली असे आपल्याला वाटत नाही का? मी मातृत्वासाठी केलेले चौदा वर्षांचे नवस, औषधोपचार या तुलनेतही मला मिळालेला माझ्या मुलाच्या सहवासाचा काळ अत्यंत कमी आहे, असे आपल्याला वाटत नाही का? माझे आयुष्य त्याच्या नसण्यामुळे पुन्हा पूर्वीसारखे वाळवंट होऊन जाणार आहे."

"कुणाच्याही असण्या आणि नसण्यावर कोणत्याही मानवाचे आयुष्य अवलंबून असत नाही, हे प्रथम लक्षात घे गोतमी. नुकत्याच जन्मलेल्या बालकाला मातेचा वियोग झाला तरी ते त्याचा आयुष्यकाळ असेतोवर जगते. बाळाला माता हवीच, ही आपली साधारण कल्पना आहे. पण गोमातेच्या दुधावरही त्याचे पोषण अन्य महिला करू शकते. म्हणजे ते रक्तामांसाचे, नाळेतून जीवनरस पुरवणारे, अतूट, आदिम आणि सर्वात मूलभूत असे आई आणि मुलाचे नाते ही अत्यंत ठिसूळ पायावर उभे असल्याचे तुझ्या लक्षात येईल."

"महाराज तुम्ही पुरुष आहात, तेही परके आणि मी स्त्री, त्यातही त्याची माता. दोघांची या गोष्टीकडे पाहण्याची दृष्टीच भिन्न असणार!"

"सर्वसामान्यपणे पुरुषत्वाच्या सर्व सीमा ओलांडूनही मला प्रचंड काळ झाला आहे. त्यामुळे तू जे माझ्यावर पुरुषत्वाचे आरोप करत आहेस, मी त्यापलीकडे पोहोचलो आहे. पण तरीही मी तुला फारशी मदत करू शकत नाही, असे वाटल्यास तुझा मार्ग मोकळा आहे."

"नाही, महाराज तुम्ही रागावू नका... केवळ जन्मणे आणि मरणे एवढेच अल्प आयुष्य का असावे? तेही माझ्याच बाळाच्या वाट्याला का यावे? हे प्रश्न मनात रुंजी घालत आहेत.

तुमच्यामुळेच हनुमान आणि बिभीषण यांना चिरंजीवित्व प्राप्त झाले. तसेच माझ्या बाळाला प्राप्त व्हावे, यासाठी मी तुमचा मार्ग शोधत इथपर्यंत आले आहे. माझ्या बाळाचा मृत्यू होऊन फार काळ उलटलेला नाही, त्यामुळे तुम्ही संवेदनशीलतेने पाहिल्यास तुमच्या कृपेने त्याला चिरंजीवित्व प्राप्त होईल, अशी आशा मला अद्यापही वाटते आहे.

'आशा...' वाल्मिकी यांच्या चेहऱ्यावर हास्य विलसले.

त्यांच्या तोंडून सहजपणे श्लोक उमटला.

आशा नाम मनुष्यांना काचिदाश्चर्यशृंखला ।
यया बद्धाः प्रधावन्ति मुक्ता तिष्ठंति पंगूवत ॥

गोतमीला त्याचा अर्थ फारसा कळला नाही. तेव्हा ऋषी म्हणाले की, 'आशा' नामक एक विचित्र आणि आश्चर्यकारक अशी शृंखला आहे की, जिच्या बांधण्यामुळे मनुष्य सुसाट पळत सुटतो आणि त्यातून मुक्त झालेला मात्र पांगळ्याप्रमाणे तिष्ठत राहतो. तू आशेच्या बंधनात असल्यामुळेच इथपर्यंत आलीस, हे मला ज्ञात आहे. पूर्वी तुझ्यासारखाच पण थोड्या वेगळ्या संदर्भात असेच प्रश्न प्रभू रामचंद्रांनी आपले गुरू वसिष्ठांना विचारले होते.

जायते मृतये लोको म्रियते जननाय च ।

(मरण्यासाठी जगायचे आणि जगण्यासाठी मरायचे, यापेक्षा जीवनाला काय अर्थ आहे?)

त्याचे उत्तर देताना वसिष्ठ ऋषींनी राजा पद्म आणि राणी लिला यांची गोष्ट सांगितली होती. ती आधी मी एका अरिष्ठनेमी नावाच्या राजालाही ऐकवली होती. ती तुला मी सांगतो, कारण तुला त्यातून जन्म, मृत्यू किंवा जीवन यातील अनेक रहस्ये कळतील. आता तुझ्या हातात तुझ्या मुलाचे प्रेत आहे, त्यातील चैतन्य हरवले असून, त्याच्या अनंतकाळपर्यंतच्या प्राप्तीसाठी तू येथपर्यंत आली आहेत. तुला त्यातील चैतन्य हवे असावे कदाचित. असो!

कोणे एकेकाळी राजा पद्म आणि राणी लिला आपले आयुष्य सुखाने जगत होते. त्यांचे एकमेकांवर नितांत प्रेम होते. आयुष्याच्या एका टप्प्यावर येताच माणसाला आपल्या आयुष्याची यथार्थता किती आहे, ती वाढवता येईल का असे प्रश्न पडू लागतात. हे सुखमय आयुष्य अनंतकाळापर्यंत मिळत राहावे, या इच्छेने राणी लिलाला घेरले. राजा पद्म कायमस्वरूपी तरुण आणि अमर व्हावा, असा उपाय शोधण्याचे तिचे प्रयत्न सुरू झाले. आपल्या राज्यांतील जुन्या जाणत्या आणि संत महात्म्यांच्या गाठीभेटी घेऊ लागली. साऱ्यांच्या उत्तरातून अमरत्व शक्य नसल्याचे स्पष्ट होत गेले. मात्र, शतायुषी तारुण्य शक्य असल्याचे मत बहुतांश वैद्यमंडळी व्यक्त करत होते. हे ज्ञान मिळवण्यासाठी ती तप करते. कष्टप्रद तपानंतर माता सरस्वती तिला प्रसन्न होते. वरदानामध्ये अमरत्व मिळण्याची बाब मागताच सरस्वती ती शिताफीने टाळते. अमरत्व शक्य नाही, तसेच ते आवश्यकही

नसल्याचे स्पष्ट करते. त्याऐवजी राजाचे स्मरण करताच त्याचे कधीही दर्शन होऊ शकेल, असे वरदान राणी लिलाला देते.

आयुष्याच्या एका टप्प्यावर राजा पद्म एका युद्धामध्ये मारला जातो. राणीच्या शोकाला पारावार राहत नाही. एक दिवस, दोन दिवस सरता-सरता दहा दिवस सरतात. दहाव्या दिवशी राणीला आपल्याला माता सरस्वतीकडून मिळालेल्या वरदानाची आठवण येते. ती

माता सरस्वतीचे स्मरण करते. सरस्वतीच्या कृपेने तिला राजाचे दर्शन घडते. मात्र, आता त्याचे नाव राजा विदुरथ असे असते. या राजाचा दरबार सुरू असतो, आपल्या न्यायनिष्ठुर प्रतिमेप्रमाणे तो लोकांच्या समस्यांचा न्याय करत असतो. तेथेच तिच्या समोर असलेल्या मंत्र्याला ती राजाची संपूर्ण माहिती विचारते. तिला आश्चर्याचा धक्का बसतो. कारण हा राजा जन्माला येऊन सुमारे ४५ वर्षे, तर गादीवर बसून २५ वर्षे पूर्ण झालेली असतात. त्याचा पिता सिंधुरथ आपल्या मुलाच्या हाती राजसत्ता सोपवून वानप्रस्थाश्रमात गेलेला आहे. सिंधुरथाचे वडील बुधरथ, त्यांचे वडील विष्णूरथ, विष्णूरथांचे पिताश्री नवरथ अशा सुमारे १० पिढ्यांचा इतिहास मंत्री राणी लिलाला ऐकवतो. तिचा विश्वास बसत नाही. माता सरस्वती तर असत्य वदन करणार नाही. आपला पती राजा पद्म याच्या मृत्यूला केवळ १० दिवस उलटले आहेत. आणि इथेतर त्याच्या १० पिढ्यांचा इतिहास आपल्याला ऐकवला जात आहे. तो डोळ्यांला स्पष्ट दिसतही आहे. आपल्या जगामध्ये १० दिवस असलेला कालावधी येथे मात्र १० पिढ्यांपेक्षा मोठा झाला आहे. हे कसे शक्य आहे? तिच्या अपेक्षेत कोणीतरी दहा दिवसांचे लहान बाळ आपल्या नजरेस पडेल, असे होते. याचे उत्तर केवळ माता सरस्वतीच देऊ शकेल, म्हणून ती पुन्हा तिचे स्मरण करते. राणी लिलाच्या स्मरणाने सरस्वती पुन्हा अवतीर्ण होते. राणीच्या प्रश्नाचे उत्तर देते. तिला आत्मज्ञान देते. पुरुष - ब्रह्म आणि माया यातील गुढ समजून सांगते.

आपली गोष्ट संपवून ऋषी वाल्मिकी काही क्षण थांबले. आपल्या गोष्टीचा परिणाम काय झाला, हे गोतमीच्या चेहऱ्यावरून ताडून पाहू लागले. मात्र, संपूर्ण कथा ऐकूनही गोतमीला काही समजले नाही. ती बुचकाळ्यात पडली अगदी राणी लिलाप्रमाणे... ते तिच्या चेहऱ्यावर स्पष्ट दिसत होते. वाल्मिकींच्याही ते लक्षात आले. आपण जे काही गोतमीला सांगत आहोत, ते तिला कळलेले नाही.

तेवढ्यात गोतमी त्यांना प्रश्न विचारते, "महाराज, राणी लिलाला सरस्वती प्रसन्न झाल्याने हे गूढ उलगडले. माझ्यासाठी तुम्हीच ज्ञानदाते आहात. तुम्ही मला समजावून सांगितलेत तर बरे होईल."

वाल्मिकी ऋषी म्हणतात, "हे गूढ तुला कसे समजवावे, हे माझ्या लक्षात येत नाही. त्याऐवजी गुरुदेव वसिष्ठांनी रामचंद्राला राजा लवणाची आणखी एक गोष्ट सांगितली होती. ती तुला सांगतो. त्यातून तुला आपोआप कळेल सारे."

ते आपल्या धीरगंभीर आवाजात सांगू लागतात....

राजा लवणाच्या दरबारामध्ये एक मदारी येतो. आपले विविध खेळ दाखवतो. माकडाला नाचवतो, कसरती करतो. राजाला आणि एकूणच दरबाराला त्यात फारसे नावीन्य वाटत

नाही. मग तो हळूहळू आपल्या पोतडीतून एकेक वस्तू काढून जादूचे प्रयोग सुरू करतो. एकीतून दुसरी, दुसरीतून तिसरी जादू असे करत सर्व जण त्यात गुंगून जातात. तरीही राजा लवणाचे मन तृप्त होत नाही. तो म्हणतो, यात काही विशेष नाही. यातील अनेक जादू तर माझ्या दरबारातील जादूगारही करून दाखवतो. तुझ्याकडे असलेली सर्वात नवीन आणि अवघड जादू की जी कोणीही करू शकणार नाही, अशी काही जादू असेल तर दाखव.

मदारी एकदम स्तब्ध होतो. त्याच्या चेहऱ्यावर गंभीरता पसरते. बोलावे की न बोलावे, या विचारात पडतो. त्याची घालमेल सर्वांच्या अगदी महाराजांच्या नजरेतून सुटत नाही.

मदारी चाचरत बोलतो, "आपण अभय द्याल, तर मी बोलतो महाराज."

राजा लवण हातानेच त्याला बोलण्याचा इशारा करतो.

मदारी : ''महाराज, जगामध्ये सर्वात अवघड गोष्ट म्हणजे सत्य होय. ते झेपण्याची क्षमता सामान्य माणसांमध्ये असत नाही.''

राजाच्या प्रधानाला एकदम क्रोध येतो.

प्रधान : ''म्हणजे महाराज सामान्य आहेत असे म्हणायचे आहे का तुला? तुझी मान धडावेगळी करावी लागेल.''

मदारी हसतो, "मी महाराजांबद्दल बोलत नव्हतो, इथे या दरबारात महाराजांव्यतिरिक्त अनेक लोक आहेत की, त्यांची ही जादू पाहण्याची पात्रता नाही. कारण सत्य हीच तशी कोणालाही न पचणारीच बाब असते. महाराजांची इच्छा असेल तर त्यांना फक्त एकट्यालाच ही जादू दाखवू इच्छितो... जर आपली तयारी असेल तर!"

सर्वांचीच उत्सुकता वाढते. अगदी राजा लवणाचीही. दरबार बरखास्त करण्यात येतो. आता राजाचे केवळ मंत्री, सेनापती इतकेच राहतात.

एक संपूर्ण प्रहर महालामध्ये कोणी येणार नाही, अशी व्यवस्था करण्याची सूचना मदारी करतो. कोणतीही गडबड, गोंधळ होणार नाही, हे पाहण्याची जबाबदारी सेनापतींवर सोपवली जाते. पहाऱ्यांचे आवाजही आत येणार नाही, इतकी कडेकोट तजवीज केली जाते.

मदाऱ्याच्या सूचनेनुसार महाराज शुचिर्भूत होऊन महालात येतात. मदाऱ्याने सर्वत्र धूप लावून सुगंधीत केलेले आहे. मध्ये यज्ञकुंडांमध्ये विविध औषधी वनस्पतींची साले, लाकडे जळत आहे, त्यातून वेगळाच धूर बाहेर पडत आहे. एकूण सारे वातावरण भारून गेलेले आहे. संपूर्ण महालामध्ये मदारी आणि महाराज दोघेच आहेत. महाराज आसनावर बसतात. त्यांची गात्रे विविध सूचना देत शिथिल केली जातात. मग मदारी आपल्या पोतडीतून हळूवारपणे एक मोरपंख काढतो. ते यज्ञकुंडावर फिरवून अगम्य भाषेमध्ये

विविध मंत्रांचे उच्चार करत राहतो. हळूवारपणे तो मोरपंख राजा लवणाच्या चेहऱ्यापासून पायापर्यंत फिरवतो.

एकदा... दोनदा... तीनदा... महाराजांचे भान हरपत चालले आहे. चौथ्यादा मोरपंख

फिरतो... महाराज मूर्च्छित होतात. त्यांचे मन वेगळ्याच दुनियेत फिरू लागते. त्यांचे शरीर घोड्यावर बसल्याप्रमाणे हलू लागते. महाराज घोड्यावर फिरताहेत. आजूबाजूला कीर्र जंगल. आजूबाजूला कोणताही लवाजमा नाही. मृगयेसाठी गेलेल्या महाराजांचा रस्ता चुकलाय. तहानेने व्याकूळ. घसा कोरडा पडलेला आहे. आजूबाजूला हिरवळ असली तरी पाण्याचा थेंबही दिसत नाही. आजूबाजूची सर्व वनश्री दिसणे बंद झाले आहे, घशाला शोष पडला आहे. शरीर, मेंदू, मन सारेच आता केवळ पाणी... पाणी ... पाणी करत आहे. अगदी ओरडण्याचे श्रमही पेलवणार नाहीत, अशी स्थिती.

महाराज घोड्यावरूनही खाली पायवाटेवर कोसळतात. पायवाट आहे म्हणजे कोणीतरी येथून जाते, येतेय. आपण कोणाच्या तरी नजरेस पडू एवढीच खात्री राजा लवणाला वाटत आहे. एवढ्या साऱ्या परिस्थितीतही त्याला आशा वाटत राहते, कोणीतरी येईल... आपल्याला जीवनदान मिळेल. कुणाचे तरी पाय वाजत आहेत. खरेच कोणीतरी येतेय, आले. जवळ आले. तरुणी दिसतेय, हो... तिच्या डोक्यावर पाण्याचे मडके, हातात खाण्याच्या दशम्या दिसताहेत. ते तिला साद घालतात. ती आपल्याच तालात चालली आहे. तारुण्याच्या बहरात मनाला उत्फुल्लित करणारे गीत गुणगुणत. महाराज आवाज देण्याच्या प्रयत्न करत लक्ष वेधून घेतात. आपल्या समोर पडलेल्या राजाला पाहून ती एकदम दचकते.

'पाणी... पाणी... पाणी...' राजाच्या तोंडातून केवळ तेवढेच शब्द. कुणा अनोळखी व्यक्तींसाठी थांबावे की नको, तिच्या मनात विचारांचा कल्लोळ उडालेला आहे.

एक मन म्हणते : 'द्यावे पाणी! मरणासन्न व्यक्तीला पाणी देणे, हे पुण्याचे काम.'

दुसरे मन : 'आपण चांडाळ जातीचे, आपल्या पाण्याने विटाळ तर नाही होणार? कपड्यावरून तरी एखाद्या राजघराण्यातील क्षत्रिय दिसतो.'

तिसरे मन : 'आपण ही शिदोरी वडिलांसाठी घेऊन जात आहोत. दिवसभराच्या कष्टाने तेही थकलेले असतील. आपली वाट पाहत असतील. त्यांच्यापर्यंत अन्न आणि पाणी पुरवणे हे आपले कर्तव्य. याला पाणी पाजल्यास पाणी संपणार, वडिलांच्या क्रोधाला सामोरे जावे लागेल.'

चौथे मन : 'जीव वाचवणे हे महापुण्याचे काम की एखाद्याला ज्ञात असताना विटाळ करणे महापापाचे काम. कर्तव्यास मुकणे हे तर अत्यंत पापाचे काम. आपण एकच क्रिया केली तरी त्याचे अनेक अर्थ. त्याची अनेक फळे आपल्या भोगावी लागतील. चांगले की वाईट कोणास ठाऊक, आपल्या कोणते पदरी येईल?'

तिच्या तोंडून शब्द बाहेर पडतात... "महाराज मी आपल्याला पाणी कसे देऊ, मी तर

चांडाळ जातीची!"

महाराज : "मरतेवेळी कोणी जात पाहतो का? मला पाणी दे...!"

तरुणी : "अनोळखी व्यक्तीला मी का पाणी द्यावे?"

महाराज : "मला पाण्याची नितांत आवश्यकता आहे. माझ्याकडील सर्व दागिने, हत्यारे तुला देतो, त्या बदल्यात पाणी दे!"

तरुणी : "माझ्या वडिलांना अन्न आणि पाणी देण्याचे कर्तव्य मी तुमच्यासाठी का चुकवू? त्यांची तळतळ, त्यांचा शाप मला भोवेल..."

महाराज : "मला कोणत्याही स्थितीमध्ये पाणी हवे आहे. मी गलितगात्र आहे, नाहीतर हत्यारांच्या बळावर तुझ्याकडून कधीच हिसकावून घेतले असते. केवळ पाण्यासाठी मी आता तुझ्याशी लग्न करतो, तू एका राजाची राणी होईल. संपूर्ण राज्य तुझ्या मालकीचे होईल."

तरुणी : "तुम्ही माझी मोठ्या पेचातून सुटका केलीत. तुम्ही जर माझ्याशी लग्न करणार असाल तर लग्नानंतर वडिलांपेक्षाही पतीला पाणी देणे माझे प्रथम कर्तव्य बनेल. मी तुम्हाला पाणी देऊ शकते. अर्थात, मला माझ्या वडिलांची परवानगी घ्यावी लागेल. इथून जवळच असलेल्या स्मशानामध्ये ते प्रेत जाळण्याचे काम करतात."

'पाणी... पाणी... पाणी...'

ती तोंडाने विशिष्ट असा आवाज करते. तो तिच्या वडिलांपर्यंत पोहोचतो. ते ओळखताच आपली मुलगी संकटात असल्याचे ताडून हातातील काम बाजूला टाकत तिचे चांडाळ वडील तिथे धावत येतात. ती तरुणी त्यांना संपूर्ण प्रसंग सांगते. तिचे वडील चांडाळाशिवाय अन्य कोणाशीही लग्नाला मी परवानगी देणार नसल्याचे स्पष्ट करतात. कारण आजूबाजूला चार गावांमध्ये तो एकटाच चांडाळ असून, त्याला पुत्र नाही. होणारा जावईच घरजावई बनून या गावांतील प्रेतांची योग्य विल्हेवाट लावेल, त्यांना समर्पक निरोप देईल, असे वचन त्याने समस्त गावकऱ्यांना दिल्याचे तो आपल्या मुलीला सांगतो.

त्या दोघांचे बोलणे ऐकत असलेला राजा आता या क्षणी मिळणाऱ्या अन्न आणि पाण्यासाठी आपण आजन्म चांडाळाचे काम करण्यास तयार असल्याचे सांगतो. तुमच्या इथे घरजावई बनून राहण्यासही तयार असल्याचे सांगतो. मग वडिलांच्या अनुमतीने ती तरुणी राजाला अन्न आणि पाणी देते.

राजा लवणाचे त्या तरुणीशी लग्न होते. आपल्या सासऱ्याबरोबरच स्मशानात जाऊन रोज चांडाळाचे काम शिकतो. त्याच्या हाताखाली काम करू लागतो. इकडे संसारही सुरू होतो. काल सरत जातो. कष्ट करून राजा आता रापून गेला आहे. त्याचा चेहराही त्याच्या

सासऱ्याप्रमाणे उग्र झाला आहे. रोज प्रेते जाळताना उडणारी राख, कोळसा याने त्याचे शरीर माखून जात आहे. त्याची पत्नी झालेली ती तरुणी त्याच्यासाठी आता अन्न, पाणी घेऊन येत होती. तिच्यापासून राजाला एक, दोन करत करत चार मुले झाली होती. दरम्यान ज्याला वचन दिले आहे, तो सासरा वृद्धापकाळामुळे मृत होतो. वचनाला जागून राजा अद्यापही चांडाळाचे काम करत आहे.

हळूहळू वातावरण दुष्काळाचे बनत चालले होते. सलग तीन वर्षे पाऊस नसल्याने सर्वत्र कोरडे वातावरण झालेले होते. पाण्याअभावी सर्व प्राणिमात्रांचे हाल सुरू होते. गावातही हाहाकार माजला होता. अन्नासाठी, धान्यांसाठी दरोडे, खून पडू लागले होते. चांडाळाचे काम प्रचंड वाढले होते. सामान्य स्थितीमध्ये एखाद दुसरे प्रेत जाळण्यासाठी येत असे, आता चार ते दहा प्रेते जाळावी लागत होती. अगदी प्रेत जाळीपर्यंतही नातेवाईक थांबत नव्हते. आता सर्वत्र वाळलेली लाकडे असल्याने लाकडासाठी धावाधाव करावी लागत नसली तरी एकूणच काम वाढले होते. चांडाळ झालेल्या राजाच्या घरीही धान्य संपले होते. शिल्लक अन्न सर्वात लहान बाळाला द्यावे लागत होते.

हळूहळू अन्नाअभावी पत्नी आणि एक-एक करत तीन मुले मृत झाली होती. त्यांना अग्नी देण्याचे काम जड अंतःकरणाने करून सर्वात लहान मुलाबरोबर अशक्त झालेला चांडाळ राजा बसलेला होता. मुलाची भूक अद्यापही शमलेली नव्हती. त्याची नजर सातत्याने समोर मृत पडलेल्या माणसांच्या प्रेताकडे जाते होती. चांडाळ त्याला समजावून थकला होता. आपण की मुलगा... यात त्याचे नैतिक मन मुलाच्या बाजूने कौल देत होते. अन्य कोणाचे तरी मांस खाण्यापेक्षा एकच चांगला पर्याय चांडाळाला सुचला होता. तो धारदार कोयता घेऊन आपल्याच मांडीचे मांस काढून मुलाला खाण्यासाठी देऊ करतो.

एक तुकडा, एक घास... दुसरा तुकडा, दोन घास.... तीन घास... संपूर्णपणे रक्ताळलेला चांडाळ आणि रक्ताळलेल्या चेहऱ्याचा मुलगा. चांडाळाच्या चेहऱ्यावर वेदनेबरोबरच कर्तव्यपूर्तीचे समाधान दिसत होते. मुलाच्या रक्ताळलेल्या चेहऱ्यावर अन्न मिळाल्याचा आणि आजचा दिवस तरी पोट भागल्याचा आनंद दिसत होता. दुसऱ्या बाजूला त्याची नजर आणखी अन्नांचा, मांसांचा शोध घेत होती. आजवर इतर प्राण्यांचे मांस त्याने खाल्ले असले तरी प्रथमच त्याच्या जिभेला मानवी रक्तमांसाची चव लागली होती. समोर जळत असलेल्या प्रेतांमुळे धुरकट वातावरणात त्याची बुभुक्षित नजर वेगळेच काही सांगत होती....

तेवढ्यात राजा लवण याला जाग आली....

सर्वत्र पसलेल्या धुरामध्ये त्याच्या समोर अग्नीमध्ये कसलीतरी आहुती देत बसलेला

मदारी दिसत होता. काही क्षण राजाला काही समजत नव्हते, तो नेमका कोठे आहे, याचे भान हरपून गेलेले होते.

हळूहळू मदारी राजाला भानावर आणत या जगामध्ये आणण्याचे प्रयत्न करत होता.

'किती काळ उलटला? फक्त एक प्रहर.' एका प्रहरामध्ये एक संपूर्ण वेगळेच आयुष्य तो जगून आलेला होता. आजूबाजूच्या सर्व गोष्टी तशाच असल्या तरी राजा लवण आता बदललेला होता. एक भीषण सत्य त्याने प्रत्यक्ष पाहिलेले होते. त्याने पाहिलेले सत्य तो प्रधान, सेनापती आणि मंत्र्यांना सांगू पाहत होता. पण त्याचे संदर्भ कोणालाही लागत नव्हते. राजा जे काही सांगतोय, त्यावर कोणाचाही विश्वास बसत नव्हता.

मदाऱ्याने राजावर काहीतरी गारूड केले असावे, याबाबत सर्वांचे एकमत झाले होते. मदाऱ्याला कैदेत टाकण्यासंदर्भात त्यांचा खल सुरू होता. हे सर्व पाहत, ऐकत मदारी गालातल्या गालात हसत होता. तो सांगत होता की, 'मी तुम्हाला या जादूपासून परावृत्त करत होतो. या जगात सत्यापेक्षा मोठी जादू कोणतीही असत नाही, महाराज! मी हेच तुम्हाला सांगत होतो....'

वाल्मिकी ऋषींनी गोष्ट थांबवली. गोतमीही सुन्न झाली. राजा लवणाविषयी तिच्या मनामध्ये अपार करुणा तयार झाली. किती भोग बिचाऱ्याला भोगावे लागले. मात्र, गोतमीला राणी लिला आणि राजा लवण यांच्या गोष्टीतील तात्पर्य अद्यापही पूर्णतः जाणवलेले नाही. तिचे लक्ष आपल्या समोर पडलेल्या मुलाच्या कलेवराकडे जाताच ती भानावर आली.

"महाराज, माझ्यासाठी सत्य काय आहे, माझा मृत मुलगा की आपण? मी आणि माझ्याच रक्तामांसातून उत्पन्न झालेले बाळ हे तर सत्य आहे ना? की त्यालाही भास किंवा स्वप्न म्हणून निकालात काढण्याचा तुमचा विचार आहे."

"नाही मुली, तू तुझ्यासमोर आहे ते सत्य स्वीकारावे असेच मला वाटते. कारण भौतिक वास्तव सोडून तू मनाच्या पाठीमागे मायेच्या जगामध्ये शिरलीस तर सारेच अवघड होणार आहे. मायेच्या जगामध्ये जाताना प्रत्येक वेळी तुम्हाला आवडणाऱ्या किंवा सुखद अनुभूती देणाऱ्या गोष्टी भेटतील असे नाही. राजा लवणाप्रमाणे भीषण सत्याचा किंवा - तू म्हणतेस त्या प्रमाणे आभासाचा - सामना करावा लागू शकतो. या भीषण सत्यामध्ये होरपळणे इतकेच काय, ते सामान्य मानवाच्या हाती उरते. माझ्या रामाला, अगदी तो देवाचा अवतार असतानाही मानवी सुखापेक्षा दुःखाचा सामना अधिक करावा लागला. पत्नीच्या सहवासापेक्षाही वियोगच अधिक सहन करावा लागला. अगदी स्वतःच्या मुलांशी युद्ध करावे लागले.

"तू समजून घे. तू सध्या केवळ आपल्या मुलाच्या वियोगाचा, मृत्यूचा विचार करत

आहेस. तू जिथेपर्यंत पाहत आहेस, त्यात सत्य किती आणि माया किती, याचा तुला अंदाजही येणार नाही. कित्येक ज्ञानी, महापुरुषही यातून सुटू शकलेले नाहीत. प्रत्येक एक शरीर आणि त्याच्याशी जोडलेल्या भौतिक इंद्रियातून आधिभौतिक अशा मनाची उत्पत्ती होते.

"मानवाला शरीर जाणून घेता येते, ते केवळ इंद्रियांच्या माध्यमातून. मन जाणण्याइतके मोठे साधन सामान्यांच्या हाती कधीही लागत नाही. त्यामुळे ते जगत राहतात, पशूप्रमाणेच केवळ शरीराच्या पातळीवर. मन कशाचे बनले आहे, हे जाणून घे. त्याची निर्मिती चिदाकाश, चित्ताकाश आणि भूताकाश या तीन आकाशापासून होते. आकाशाने बनलेले हे मन एकाच वेळी भूत, भविष्य आणि वर्तमानातही तितक्याच लिलया संचार करू शकते.

"तुमचे शरीर कसेही असो - रोगग्रस्त, पंगू. त्याच्या भौतिक शरीराच्या हालचालींना कितीही मर्यादा असोत, पण मनाच्या विहार करण्याला कोणतीही मर्यादा असत नाही. मानवी मनाच्या जागृती, स्वप्न, सुषुम्ना अशा तीन अवस्था असतात. म्हणजेच मानवी चैतन्याचा मन हा भाग जागृतीमध्ये एक आयुष्य जगत असतो. स्वप्नामध्ये वेगळे आयुष्य कदाचित अनेक तुकड्यांमध्ये जगत असतो. सुषुम्ना हा मनाची अत्यंत वेगळी अवस्था आहे.

"हे केवळ एका माणसाचे मन आहे. माया त्याहून कितीतरी मोठी संपूर्ण ब्रह्माला व्यापून उरणारी आहे. तिची निर्मिती चोविस भागापासून होते. पाच महाभूते, पाच तनमात्रे, पाच ज्ञानेंद्रिये, पाच कर्मेंद्रिय आणि चार अंतःकरण यातून मायारूपी सृष्टी उद्भवते. या साऱ्या सृष्टीमध्ये आपण सर्व जण दैनंदिन आयुष्य जगत असतो. ते जगताना तुमचे कर्म कसे आहे, यावर तो जीव ब्रह्माच्या जवळ (सत्व) राहणार की संसारामध्ये रममाण (रजो) होणार हे ठरते. सातत्याने नीच कृत्ये करणारा जीव तमोपातळीवर वास करतो. मानसिक पातळीवरील नीच कृत्येही प्रत्यक्षात उतरण्यास फार काळ लागत नाही.

"मन सामान्यांच्या बुद्धीला कधीही अंकित करू शकते. मनाला लगाम घालणे वाटते तितके सोपे नाही, त्यामुळे आपली कृत्ये, आपले विचार नेहमी पारखून घेत राहिले पाहिजे. स्वप्न असो की सत्य स्थिती... मनाच्या लहरीतूनही आपण विविध आयुष्ये एकाच वेळी जगत असतो. आता मी म्हणजेच सरस्वती- राणी लिलाच्या समोर उभी आहे किंवा आता ऋषी वाल्मिकी गोतमीच्या समोर उभा आहे... किंवा या ज्या गोष्टी वसिष्ठ ऋषी रामचंद्राला सांगत आहेत किंवा या आधी मी हीच गोष्ट अरिष्टनेमी नावाच्या राजाला सांगितली होती, ते सारेच सत्य स्थितीत, भौतिकात होते का? कदाचित ते यापैकी कुणाचे तरी स्वप्न असू शकते.

"तू आता माझ्यासमोर आपल्या मुलाचा मृतदेह घेऊन प्रश्न विचारते आहेत, ते कदाचित माझे मनच असू शकते - स्वतःला प्रश्न विचारणारे!

"कारण या महान आत्म्यांच्या जगामध्ये सामान्य माणसांना तसाही प्रवेश मिळत नाही. तू अद्याप सीमारेषेवर उभी असल्याने खरी असू शकशील, तरीही माझे मन तुला सत्य मानण्यास तयार नाही. तुझ्या रूपात कोणीतरी - कदाचित माझे ब्रह्म - माझीच परीक्षा घेत असेल - माझ्या विचारांच्या आवर्तनांचा पडताळा घेत असेल, असेच मला वाटत आहे."

वाल्मिकी बोलता-बोलता वेगळ्याच जगात गेल्याचे गोतमीला जाणवले. तिने वाल्मिकींना भानावर आणण्याचा प्रयत्न केला.

"महाराज, आपल्याविषयी मला माहीत नाही. मात्र, मी सत्य आहे. आणि माझ्या मुलाला मृत्यूपासून वाचवण्यासाठी तुमच्याकडे भिक्षा मागत आहे. तुम्ही मला कितीही भ्रमित करण्याचा प्रयत्न केला तरी त्यापासून क्षतिभरही ढळणार नाही. मला माझा मुलगा या माझ्या आयुष्यातील हवा आहे, अन्य कोणाचे तरी आयुष्य जगणारा नको. कारण तो मला माता म्हणून ओळखही देणार नाही. केवळ मृत्यूपासून त्याला खेचून आणण्यातही मला आता फारसे स्वारस्य उरलेले नाही. त्याला अमर करायचे आहे. तुम्ही ज्ञानी आहात, तुम्हीच मला त्याबद्दल सांगू शकाल..."

"मुली, इतका माझ्याबद्दल गैरसमज करून घेऊ नकोस, कारण मलाही चिरंजीवित्वाचे रहस्य माहीत नाही. माझ्यामुळे नव्हे तर स्वतःच्या जगण्याच्या स्पष्टतेमुळे दोन महात्मे चिरंजीव झाले. त्यात माझा फारसा वाटा नाही. माझे पूर्वायुष्य वाटमाऱ्या करण्यात, लोकांना लुटण्यात आणि अगदी त्यांचा जीव घेण्यात गेले. संसारासाठी, ज्या पत्नी आणि मुलांसाठी मी ही अपकृत्ये करत होतो, त्यांनीही या कुकर्माचा भार घेण्यास नकार दिला. तेव्हा माझे डोळे उघडले. मी योग्य मार्ग धरला. माझ्या निष्ठुर मनामध्ये संवेदनशीलतेचे अंकुर फुटले. जो हजारो लोकांच्या मृत्यूनेही कधी विचलित झालो नव्हतो, त्याला साध्या क्रौंच पक्ष्याच्या मृत्यूने मला काव्य स्फुरले. बरे हे स्फुरलेले काव्य ही सत्य होत गेले. त्यातून प्रत्यक्ष विष्णूला मनुष्यावतार घ्यावा लागला असे म्हणतात. म्हणजे माझ्या मनाच्या स्फुरण्यातून विष्णूचा अवतार झाला.

"माझ्या मनातून त्याचा उदय झाला, जीवन जगला आणि त्या काळातील सर्वात उत्तम असे आदर्श निर्माण केले. हे सारे माझ्या मनाचे किंवा कवित्वाचे खेळ होय. किंवा हा सारा माझा अहंकार असेल. यामुळे किंवा माझ्या पूर्वायुष्यातील कुकर्मे यामुळे मी कदाचित चिरंजीवित्वाचे रहस्य जाणण्यात कमी पडलो असेन. म्हणूनच येथे या महात्म्याच्या प्रदेशात अद्याप मला वास्तव्य करावे लागत आहे. मीच अद्याप मुक्त झालो नाही. तुझ्या कारणामुळे

मला माझी चूक कळली पोरी, तू माझे डोळे उघडले. मला आणखी तप करायला हवे... मी जातो. मला माफ कर."

"महाराज, जाण्यापूर्वी मला काही मार्गदर्शन तरी करा... आता मी काय करू. माझ्या मुलाला काळाच्या मुखातून कसे सोडवू, कोण मला मदत करेल...." गोतमी विलाप करू लागली. समोर अंधकार पसरल्यानंतर लख्ख नजरेच्या माणसालाही अंधत्व यावे तशी तिची गत झाली होती.

वाल्मिकींनी काही क्षण विचार केला. आणि म्हणाले, "कळीकाळाच्या मुखातून कोणालाही वाचणे शक्य नाही, मुली!"

"असे कसे म्हणता महाराज, देव तर अमर आहेत, मग त्यांना अमरत्व कसे मिळाले? मागे मी समुद्रमंथनाची गोष्ट ऐकली होती. त्यातून मिळालेल्या अमृतामुळेच देव अमर झालेत ना! मग आज ते इतके स्वार्थी का झालेत? आपल्या शिवाय अन्य कोणालाही त्याचा लाभ होऊ देत नाहीत. राक्षसांचीही त्यांनी फसवणूक केली. या अमृताचा एक थेंब मिळाला तरी माझ्या लेकराचे आणि माझे कल्याण होईल."

वाल्मिकी म्हणाले, "तू ऐकलेले अर्धे सत्य आहे. कारण जो कोणी म्हणतो की देव अमर आहेत. तो अर्धेच सत्य बोलतो. या अमृताची ताकद केवळ स्वर्गापुरतीच चालते असे दिसते. आणि स्वर्गामध्ये सदेह कोण जाऊ शकतो. अगदी देवाने पृथ्वीवर अवतार जरी घेतला तरी त्याला मृत्यू चुकलेला नाही. प्रत्यक्ष राम, लक्ष्मण यांनाही आपले कार्य संपल्यानंतर शरयूमध्ये देहत्याग करावा लागला. या देहत्यागाकडे तुम्ही कितीही उदात्त नजरेने पाहिले तरी देवालाही पृथ्वीवरील मृत्यूचा अधिकार मान्य करावा लागतो. शरयूमध्ये उतरताना त्यांनाही खाली मान घालूनच उतरावे लागले. लोकांना वाटले की त्यांना सीतेची आठवण झाली. त्यांच्या डोळ्यांमध्ये आसवे आल्याचाही भास अनेकांना झाला असला तरी ती मृत्यूसमोरची त्यांची हार होती. आयुष्यामध्ये एकही हार न पत्कराव्या लागलेल्या माझ्या रामाला इथे मात्र हार पत्करावी लागली."

गोतमीच्या मनात प्रश्न उभा राहिलाच,"महाराज तुम्ही म्हणता की, रामासारख्या आदर्श पुरुषाला मृत्यू चुकला नाही. मग केवळ आपली सत्ता टिकावी म्हणून निर्दयी बनलेल्या आणि स्त्रियांच्या बाबतीत अनैतिकतेच्या अनेक कहाण्यांमध्ये गुंतलेल्या इंद्राला मात्र अमरत्व कोणत्या आधारावर मिळाले?"

"सर्व देव-देवता, राक्षसगण यांच्यासह अनेकांच्या कष्टातून निर्माण झालेल्या अमृतावर केवळ देवांनी हक्क का सांगितला, याचे माझ्याकडे कोणतेही उत्तर नाही. मात्र, देव अनेक वेळा राक्षसांच्या बाबतीत अन्यायी वागलेत हे खरे. समुद्राच्या मंथनातून निघालेल्या प्रत्येक

चांगल्या, मौल्यवान गोष्टीचे वाटप केवळ देवांमध्येच झाले, हे त्याचेच एक प्रतीक. मात्र, निघालेल्या विषाचा स्वामी कोण होणार, असा प्रश्न आल्यानंतर प्रत्येकजण एकमेकांकडे बघत राहिले. राक्षसांनाही ते नको होते. विष म्हणजे मृत्यू. तो कोणालाही नको असतो. त्याला सामोरे जाण्याचे धाडस केवळ महादेवांनी दाखवले. त्यांचा कंठ निळा झाला, संपूर्ण शरीर निळे पडले, सर्वांगाचा दाह होत राहिला. इतका दाह की प्रत्यक्ष मृत्यू परवडला. त्यांच्या अवतीभवती फिरणाऱ्या मृत्यूला मागे पतरवण्याची क्षमता कोणातही नसते. जे लोक त्याचा निडरपणे सामना करतात. अशा ठिकाणी जिंकूनही मृत्यूला हार पत्करावी लागते. कदाचित महादेवांचा काळ त्यावेळी आलेला नसेल. केवळ ताकदवान म्हणून मृत्यू तिथून निघून गेला असावा, हे मलाही आता पटेनासे झाले आहे. तुझ्या मुलाने किचिंतही भयभीत न होता, त्याचा मृत्यू असलेल्या नागाचा सामना केला. त्यात तो हरला असला तरी महादेवाप्रमाणे एका अर्थाने तो जिंकलाच आहे. हे लक्षात ठेव."

"हे तुम्ही मला रिझवण्यासाठी सांगत आहात, महाराज. माझा मुलगा मृत्यू पावला म्हणून तर मी इथपर्यंत आले. मरणारा प्रत्येकजण वेगवेगळ्या प्रकारे मरतो. मृत्यूपर्यंत पोहोचवणारे अनेक मार्ग असतानाही, अनेक दिशा असतानाही त्यातील एकही मला दिसू नये, याचे वैषम्य वाटते. अगदी माझ्या मुलानेही माझ्यासाठी कोणत्याही पाऊलवाटा ठेवल्या नाहीत. तो मृत्यू आल्याक्षणी त्याबरोबर सरळ निघून गेला. महाराज, मला मृत्यूला भेटायचे आहे. तो कसा भेटेल, ते सांगा".

वाल्मिकी ऋषी गोतमीला म्हणाले, "मुली तो मार्ग मलाही माहीत नाही. मात्र, प्रत्यक्ष मृत्यूला भेटलेली एकमेव व्यक्ती मला माहीत आहे. त्या व्यक्तीने प्रत्यक्ष यमाची भेट घेतली होती. त्याच्याशी चर्चा केली होती. यमाचा पाठलाग करत त्याला वादविवादाने, आपल्या हट्टाने माघार घ्यायला लावणारी एकमेव व्यक्ती म्हणजे सावित्री. तू तिलाच भेटायला हवे. तीच कदाचित मृत्यू किंवा यमापर्यंत पोहोचण्याचा मार्ग दाखवू शकेल."

पांढराशुभ्र धूर हळूहळू विरून गेला. तो जाताना गोतमीमध्ये सावित्रीच्या शोधाचे स्फुरण भरत गेला. तिचा प्रवास पुन्हा सुरू झाला होता.

पातिव्रत्य नव्हे... सजगता!

आतापर्यंत प्रत्येक ठिकाणी हार पदरी पडलेल्या गोतमीने हिमतीने आपल्या पुत्राचे कलेवर पुन्हा खांद्यावर घेतले. ते आता चांगलेच कडक झाले होते. दरम्यान किती काळ गेला याविषयी तिला काहीच कळत नव्हते. ती ज्या प्रदेशातून प्रवास करत होती, तिथे काळाची गणना करण्यासाठी दिवस, रात्र नव्हते की प्रहर नव्हते. काळाची गणना करण्यासाठी तुम्हाला एक स्थिर बिंदू लागतो. सामान्यतः सूर्याच्या उदय-अस्त किंवा चंद्राच्या उदय-अस्ताची गणिते बांधली जातात. त्यांचा विविध नक्षत्रातून होणारा प्रवास व त्यासाठी लागणारा काळ यावरून दीर्घकाळाची गणिते मांडली जातात. मात्र, या साऱ्या गोष्टींकडे तिचे लक्ष नव्हते. सामान्य ज्ञात अशी कोणतीही गोष्ट आजूबाजूला नसल्याने कोणता बिंदू स्थिर आणि कोणता हलता याचा अंदाज तिला येत नव्हता. आपण ज्या धरेला स्थिर मानतो, आडवी सपाट किंवा जास्तीत जास्त चढ उतारांनी, पाण्यांनी भरलेली मानतो, ती तत्त्ववेत्यांच्या मताप्रमाणे प्रत्यक्षात फिरती आहे, गोल आहे. ही बाबच तिच्यासारख्या सामान्य स्त्रीच्या दृष्टीने आश्चर्याची आणि अविश्वसनीय होती. त्यामुळे अशा विचित्र, प्रत्यक्षामध्ये अनुभवाला न येऊ शकणाऱ्या गोष्टी सांगणाऱ्या तत्त्ववेत्त्यांना अनेकवेळा लोकांनी वेड्यात काढले, मूर्ख समजले. कारण या लोकांना उलगडलेले सत्य आणि सामान्यतः दिसणारे किंवा अनुभवले जाणारे सत्य यांच्यांत जमीन अस्मानाचे अंतर असे.

पण एक बाब होती. अन्य सर्व गोष्टीमध्ये सामान्य, पण तरीही एखाद्या क्षेत्रामध्ये सर्वांत हुशार, चाणाक्ष आणि तीक्ष्ण असणाऱ्या व्यक्ती त्यांच्या विषयातील अशक्यप्राय, अविश्वसनीय अशा बाबी समाजासमोर मांडायचे. अशा वेळी या लोकांना कोणत्या सदरात टाकायचे, हे अज्ञ समाजाला कळतच नसे. मग त्यांना सामान्यपणे ऋषी, आपल्या कक्षेबाहेरचा ज्ञानी, संत, गुरू, चमत्कारी पुरुष, मूळ पुरुष, अगदी अवतार अशा कोणत्या तरी सदरात टाकले जायचे. दिसायला सामान्य, पण विचाराच्या पातळीवर

अन्य कोणत्यातरी विश्वात वावरणाऱ्या या लोकांना आपल्या दैनंदिन आयुष्यापासून सामान्यतः दूर ठेवले जाई. अगदी समोर येण्याची वेळ आलीच, तर केवळ जुलमाचा रामराम घालून पुढे जायची एक वृत्ती सामान्य समाजाने तयार केलेली असते. अशाच वृत्तीतून केवळ नमस्कार करून गोतमीही आपल्या कामाला लागत असे. कारण दैनंदिन जगण्यातील अनेक महत्त्वाच्या गोष्टी तिची वाट पाहत असत.

यापेक्षा भिन्न, अचाट गोष्टी सांगणारे किंवा करून दाखवणारे किमयागार, जादूगार

म्हणून ओळखले जात. अशा लोकांविषयी सामान्यांमध्ये आकर्षण असले तरी एक भीतीही असायचीच- न जाणो आपलाच कावळा, पोपट किंवा दगड होऊन बसायचा. अशा पासून लांब राहण्याचाच सर्वांचा प्रयत्न असायचा. मात्र, गेल्या काही काळात मुलाला सर्पदंश झाल्यानंतर, त्याच्या मृत्यूनंतर यातील अनेकांना ती भेटली होती. मुलांच्या मृत्यूनंतर त्याला परत मिळवण्यासाठी वैद्य, किमयागार हे भौतिक जगांमध्ये जगणारे तज्ज्ञ काही कामी आले नाहीत. त्याच्या पुढे जाऊन ती बुद्धापाशी पोहोचली. त्याने सांगितलेल्या अमर व्यक्तींच्या घरच्या मोहरी काही अद्याप हाती लागलेल्या नाहीत. या साऱ्या प्रवासामध्ये अनेक ऋषी भेटले, तत्त्ववेत्ते भेटले.

या प्रत्येकाच्या विचार करण्याची पद्धत वेगळी होती. जगणे, जीवन आणि एकूण सर्व घटकांविषयी, त्यांच्या निर्मिती आणि लयाविषयी त्यांची मते वेगवेगळी होती. हे सारे ऋषीमुनी सांगत आले त्याकडे सर्वसामान्यांच्याच वृत्तीने तिने आजवर पाहिले होते. जेव्हा त्यातील एखाद्या गोष्टीची अनुभूती होते, तेव्हा खाडकन डोळे उघडतात. प्रत्यक्ष मृत्यूच्या कक्षेतील मुलाला, त्याच्या कलेवराला खांद्यावर घेऊन ती या सर्वांपाशी पोहोचली, त्यांच्याशी बोलली. या सर्वांचे विचार अचाट, अतिभव्य आणि तर्कसंगत वाटत असले तरी सर्व जण एका बिंदूपाशी येऊन थांबत तो म्हणजे - मृत्यू!

काही जण मृत्यू टाळण्याची किंवा अमर होण्याची गोष्ट सांगत होते. काहीजण तर आपल्या कल्पनाशक्तीने अगदी मृत्यूच्या पलीकडील गोष्टींचीही चर्चा करत होते. मात्र, जो प्रत्यक्ष मृत्यू येण्याचा क्षण नेमका कसा ओळखायचा, टाळायचा किंवा हा क्षण आलेला असल्यास तिथून पुन्हा अलीकडे कसे यायचे, आणायचे याविषयी कोणीही बोलत नव्हते. त्या बाबतीत विचारांची झेप कितीही उत्तुंग असली तरी भौतिक स्थितीमध्ये प्रत्येकाच्या विचाराचा व आयुष्याचा सर्वात स्थिर बिंदू मृत्यू हाच आहे. केवळ भौतिकच नव्हे तर विचारातही हाच अंतिम आणि स्थिर बिंदू असल्याचे तिला प्रत्येकाच्या बोलण्यातून स्पष्टपणे जाणवत होते. आता अंतापासून सुरुवात हा किंचित हास्यास्पद विचार आहे, असे एखाद्याला वाटू शकते. पण त्याला पर्याय नाही. स्वतः गोतमीच्या खऱ्या आयुष्याची सुरुवातच तिच्या मुलाच्या अंतापासून झाली आहे. पण हा अंत तिच्या मुलाचा असल्याने तिच्या स्वतःच्या आयुष्याच्या मधल्याच कोणत्या तरी टप्प्यावर उभा आहे. हा सर्व विचित्र पेच आहे.

तिला अचानक एक कल्पना सुचली. त्यावेळी तिच्या समोर असलेल्या ऋषींना विचारल्याशिवाय राहवले नाही, "महाराज आयुष्याचा सर्वात स्थिर बिंदू जर मृत्यू आहे, तर त्यापासून काळाची गणना का होत नाही?"

“तू म्हणतेस ते बरोबर आहे. प्रत्येकाच्या आयुष्याचा मृत्यू हा स्थिर बिंदू वाटतो. कोणत्याही अत्यंत आदर्श अशा कालगणनेची सुरुवात या एकाच स्थिर बिंदूपासून करता येऊ शकते. हो, आजपर्यंत सर्व कालमापनामध्ये कोणाचा तरी जन्म, मृत्यू किंवा एखाद्या राजाच्या राज्याभिषेकाला एक सुरुवातीचा बिंदू मानून आरंभ होतो. तिथून पुढील वर्षे आपण स्वतः पृथ्वीवर असल्याने तो स्थिर बिंदू मानून आपल्या डोळ्यांसमोर फिरणाऱ्या चंद्र किंवा सूर्य यांच्या विविध नक्षत्रामध्ये होणाऱ्या भ्रमंतीनुसार काळ मोजला जातो. जेव्हा या पृथ्वीच्या कक्षेबाहेरून कालाची गणना करण्याचा प्रयत्न होईल, तेव्हा त्या व्यक्तीला चंद्र किंवा सूर्याप्रमाणे पृथ्वीही फिरताना दिसेल. मग कालगणनेसाठी तिचाही विचार करता येऊ शकतो.

शेवटी काळ म्हणजे काय, दोन बिंदूंमधील तुलना. मात्र, त्यासाठी जे बिंदू निवडले जातात, त्यातील एक तरी स्थिर असावा लागतो किंवा मानावा लागतो. वास्तविक पाहता या भूतलावर किंवा अंतरिक्षामध्ये एकही शाश्वत स्थिर बिंदू सापडणार नाही. ही मर्यादा आहे. आपल्या दोघामधील अंतर मोजायचे तर आपण दोघेही मोजेपर्यंत तरी स्थिर राहिले पाहिजे. दोघांपैकी एक जरी हलत राहिला तरी दोघांमधील अंतर मोजणे अशक्य होऊन जाते. जन्म आणि मृत्यूचा नेमका क्षण कसा ओळखायचा, हा पेचही पुन्हा आहेच, गोतमी!"

आपल्याला जन्म एका क्षणात होत असल्याचे दिसत असले, तरी ते तसे नाही. खरेतर जन्म होणे ही केवळ एक क्षणाची बाब असत नाही. खरा जन्म केव्हाचा मानायचा?

ज्या क्षणी मातेच्या उदरातून मूल बाहेर येते तो की मूळ स्त्रीबीज आणि पुरुषबीज यांचा ज्या क्षणाला संयोग होतो, तो क्षण की ज्या स्त्री-पुरुषाची ही बिजे आहेत, त्यांच्या मिलनापर्यंत मागे पोहोचायचे? त्यातही त्यांच्या प्रत्येक मिलनानंतर मातेच्या उदरामध्ये नेमक्या किती काळाने हा क्षण असतो, याचा अंदाज प्रत्यक्ष त्या स्त्रीसह कोणालाही येत नाही. प्रत्येक महापुरुषाच्या जन्माची कथा ही त्यामुळेच अत्यंत गर्भित अशा प्रतिकांद्वारे सांगितली जाते. त्यांच्या माता पित्यांना पडणाऱ्या स्वप्नांपासून कोणत्या तरी देवतेच्या आगमनाच्या सूचना देणाऱ्या भविष्यवाण्या किंवा आकाशवाण्यांतून सूचित केली जाते. पुढे सर्वांच्या कुंडल्या मांडल्या जात असल्या तरी त्यामुळेच त्यांना काही अर्थ असत नाही. म्हणून प्रत्येक महापुरुषांच्या जन्माच्या तिथीविषयी अनेक प्रवाद असतात, मात्र मृत्यूंची तिथी सर्वांना माहीत असते. तो सर्वांना ज्ञात क्षण वाटतो.

“पण महाराज, प्रत्यक्ष मृत्यूचा क्षण तरी कोणता मानायचा?” गोतमीने विचारले.

“बरोबर आहे तुझे. अर्थात, त्यातही नेमक्या कोणत्या क्षणाला मृत्यूचा प्रत्यक्ष क्षण

म्हणायचे, याबाबत वाद होऊ शकतो. सामान्यतः श्वासाने सूत हलेनासे झाले, छातीचा भाता थांबला की मृत्यू झाल्याचे मानले जाते. पुढे अगदीच ज्ञानवंत वैद्य असला तर नाडी हाताला लागेनाशी झाली की मृत्यू आल्याचे सांगतो. ही नाडी ज्यायोगे ठोके देत राहते, ते हृदय असल्याचे काही ज्ञात्यांचे मत आहे. मग त्याचा संबंध मृत्यूशी जोडण्यात आला. त्याआधी केवळ एखाद्याकडे आकर्षित होण्यापुरता किंवा प्रेमापुरताच शरीराचा हृदयाशी संबंध होता. कारण उर्वरित बहुतांश अंतर्गत अवयव एकतर बाह्य उपायांनी सुरू ठेवता येतात किंवा त्यांना चालना देता येते. अगदी मेंदूलासुद्धा सातत्याने रक्त, वायू पुरवून सुरू ठेवता येत असल्याचे काही वैद्य, किमयागार सांगतात."

तो समोरचा ऋषी मन लावून सांगत होता.

हे ऐकताच गोतमी चुकचुकली.

तिला वाटले, "हे एवढे समजले आहे, तर माणूस अमर्त्यच झाला म्हणायचे ना! मी आधीच त्या किमयागारावर विश्वास ठेवायला हवा होता का?"

तिच्याही नकळत तिने ऋषींना तो प्रश्न विचारला. "महाराज माझ्या मुलाला ते किमयागार खरेच पुन्हा जिवंत करू शकले असते का? पण किमयागारांनी सांगितलेले उपाय आणि खर्च माझ्यासारख्या सामान्य महिलेला कसा पेलवणार?"

"सर्वसामान्यांना त्या उपायांसाठी लागणारा किमयागारांचा व उपचारांचा खर्च पेलवत नाही, हेच खरे. सध्या हे सर्व उपाय राजे, महाराजांनाच परवडणारे आहेत. अर्थात, तुमची कितीही खर्च करण्याची तयारी असली तरी हा काळ अनंतापर्यंत ताणता येत नाही. तो मर्यादितच असतो. कारण निसर्गाइतक्या कार्यक्षमतेने मेंदूला रक्त व आवश्यक वायू पुरवणे कोणत्याही मर्त्य मानवाला शक्य आहे, असे आता तरी वाटत नाही."

"पण, महाराज एखाद्या सम्राटाचे आयुष्य लांबवणे शक्य आहे ना! म्हणजे अमरत्व मिळवणे, हे अतिश्रीमंतांनाच साध्य होणारी गोष्ट ठरेल!"

"नाही मुली, ते सध्या तरी शक्य वाटत नाही. आतापर्यंत आपण केवळ संपूर्ण शरीराला कार्यान्वित करणाऱ्या हृदय, फुफ्फुस किंवा मेंदूबाबत बोलत होतो. मात्र, हे सारे अवयव ज्या मूलपेशींपासून तयार झालेले आहेत. त्यांचीही एक मर्यादा ठरलेली आहे. त्यांची वाढ सुरू असताना सातत्याने नियंत्रणासाठीही अन्य घटक कार्यरत असतात. अन्यथा गर्भाशयामध्ये एखादाच अवयव वाढत जाऊन अनर्थ होऊ शकतो. असे हात किंवा पाय अधिक लांब असलेले किंवा शरीराचा एखादाच भाग वाढलेले गर्भही आपल्या पाहण्यात येतात. ते हे संतुलन हरवल्यामुळेच!"

गोतमीच्या नजरेसमोर जवळच्या नात्यातील स्त्रीचे असे असंतुलित वाढलेले नवजात

बालक आले. सर्व गावभर हाहाकार उडाला होता. दैत्य-राक्षस जन्माला आल्याचे सर्व जण एकमेकांना सांगत होते. घाबरून त्या नवजाताला मारण्याच्या भाषा अगदी शहाणेसुरते म्हणवणारेही करत होते. ते बालक तिला कुणी प्रत्यक्ष पाहू दिले नसले तरी सर्वत्र तोच विषय दबक्या आवाजात सुरू होता. त्याचे वर्णन सर्व जण करत होते, ते सारे तिला पटकन आठवले. तसेच एकदा घराच्या बाजूला म्हैस व्यायल्यानंतर जन्मलेल्या पिल्लालाही अनावश्यक अधिकचे तोंड, पाय फुटलेले तिने पाहिले होते. तिला महाराज जे सांगताहेत ते एकदम पटले. आतापर्यंत काहीतरी अचाट, अफाट आणि केवळ कल्पनेतील बाबी ऐकत असल्यासारख्या अचंबित कधी रूक्ष अशा तिच्या चेहऱ्यावर ते स्पष्टपणे जाणवले. समोरच्याला आपले म्हणणे पटते आणि तो आपल्याशी सहमत होतो आहे, हे समजताच येणाऱ्या उत्साहाने महाराज पुढे आणखी सखोल सांगू लागले.

"हे अत्यंत सूक्ष्म आहे. एखाद्या सजग मातेला कदाचित ते जाणवेल, पण बाह्य स्थूल जगामध्ये वावरणाऱ्यांना त्याचा अंदाज येऊ शकत नाही. अगदी ज्या मातेच्या शरीरात या साऱ्या क्रिया घडतात, तिलाही आपल्या बाळाचे ठोके, हालचाल आदी जाणवत असले तरी नेमकेपणाने कळत नाही. कारण ती स्वतःच्या शरीरातील होणाऱ्या बदलांनी आधीच भांबावून गेलेली असते. दर काही टप्प्यांवर शरीरांमध्ये होणारे बदल तिला एकाच वेळी त्रासदायक, वेदनादायक आणि आनंददायकही असतात. त्यातील आनंदाचा अनुभव ती घेऊ पाहते. दुःख किंवा वेदना टाळण्यासाठी प्रयत्न करते. सासू-आई, दाई यांच्या सारख्या अधिक अनुभवी मातांकडून येणाऱ्या सल्ल्यातून आणि वैद्यांनी दिलेले चाटण वगैरेच्या साह्याने त्यावर मात करण्याचा प्रयत्न करते. या साऱ्या खटाटोपामध्ये ती स्वतः नव्या सृजनाची निर्माती असूनही ती प्रक्रिया पूर्णपणे जाणू शकत नाही. या प्रक्रियेमध्ये पुरुषाचा सहभाग तर केवळ सुरुवात करून देण्यापुरताच आहे. तो त्यापासून प्रचंड दूर असतो. तुला मी सांगतोय ते समजते आहे का?

"हो महाराज, मी माता झाले आहे. मीही या साऱ्या प्रक्रियेतून गेले आहे. पण पुरुष असून तुम्ही जे काही जाणले आहे, ते मी स्वतः स्त्री असून, अगदी एकवेळ माता झालेली असूनही जाणता आलेले नाही. याचे मला आता वैषम्य वाटते आहे."

"नको, तुला वाईट किंवा वैषम्य वाटावे म्हणून मी हे सांगत नाही. हे रहस्य आहे.जन्म आणि मृत्यूचे रहस्य एकच आहे, हे सांगण्याचा माझा प्रयत्न आहे. वरवर पाहताना हे सारे विसंगत वाटू शकेल. पण जो आत पाहू शकतो, केवळ तोच हे सारे जाणू शकतो. प्रत्येक मूलपेशी एकाचे दोन, दोनाचे चार होत वाढत जातात. त्यातून मातेच्या गर्भाशयामध्ये शरीराची निर्मिती होते. अगदी जन्मानंतरही एका टप्प्यापर्यंत आपल्या शरीराची वाढ होत

राहते, ती अशाच वाढणाऱ्या पेशींमुळे. सजीव तरुणपणाचा टप्पा गाठतो. काही काळ या टप्प्यामध्ये राहिल्यानंतर त्याचा उतरता काळ सुरू होतो. कारण या टप्प्यानंतर विभाजन होऊन नव्या पेशी तयार होण्याची प्रक्रिया मंदावत जाते. वृद्धापकाळी तर ती थांबतेच. त्याऐवजी पेशींमध्ये विषारी घटकांचे प्रमाण वाढत जाते. पेशींच्या विभाजनाची क्रिया कमी होत जाते. विभाजन झालेच तर विषारी भाग असलेली बाजू वेगळी करण्याइतपतच विभाजन होते. परिणामी शरीराची नवीन वाढ होणे थांबते. त्याचमुळे झालेल्या इजाही भरून येण्यास अधिक काळ लागतो. लहानपणामध्ये ज्या जखमा सहजतेने भरून येतात, तेवढ्याच आकाराच्या जखमा भरण्यासाठी उतरत्या काळात अधिक वेळ लागतो. त्यातील काही तर मृत्यूच्या द्वारापर्यंत घेऊन जातात. शरीरातील प्रत्येक पेशींचा एक जीवनकाळ ठरलेला असतो. त्यात ती वाढते, विभाजन होऊन पुनरुत्पादन करते आणि नष्ट होते. शरीरातील प्रत्येक पेशीबाबत हे सत्य आहे. पेशींच्या जीवनावर - जन्म, वाढ, विभाजन आणि लय यावर नियंत्रण ठेवण्याची यंत्रणा नेमकी कशी कार्य करते, हे अद्याप मानवाला कळू शकले नाही. हे समजले, तर कदाचित मानवाला मृत्यूवर मात करणे शक्य होईल, असे मला वाटते आहे."

गोतमीच्या मनामध्ये विचारांचे वादळ घोंगावू लागले...

म्हणजे सध्या तुम्ही सांगता त्या ज्ञानाने मृत्यूवर विजय मिळवता येणार नाही. मला माझ्यासाठी मृत्यूवर विजय मिळवायचा नाही. मला सध्या मृत्यूच्या ताब्यात असलेल्या माझ्या मुलाला सोडवून आणायचे आहे. म्हणजे तुमच्या ज्ञानाचा मला त्वरित उपयोग होण्यासारखा नाही. प्रत्यक्ष मृत्यूला कसे भेटायचे, हे कोणी सांगत नाही. सर्व जण तो स्वतः आपल्याला भेटायला येतो आणि घेऊन जातो, असेच सांगत आले आहेत. तिला आपल्या पुत्राची आठवण पुन्हा तीव्रतेने झाली. तिला स्वतःचा मुलगा... त्याला झालेला सर्पदंश आणि त्याने दिलेली मृत्यूशी झुंज हे सारे काही आठवत राहिले. ज्ञानांच्या जडजंबाळ स्वरूपाने तिला भारून टाकले असले तरी त्या मातेचे लक्ष आपल्या मुलापासून थोडेही विचलित झाले नाही. त्याला पुन्हा आपल्या घरी न्यायचेच हा तिचा निर्धार अधिक पक्का होत गेला. तिच्या मनाच्या समुद्रामध्ये उठलेल्या अनेक विचारांच्या लाटा लुप्त होऊन केवळ शांत होऊन गेल्या.

ती शांतपणे म्हणाली, "महाराज, माझ्या मुलाला कोणत्याही स्थितीमध्ये परत आणायचे आहे. मला त्या कामामध्ये अनुभवी, ज्ञानी व्यक्ती कोणी असल्यास तिला भेटायचे आहे. या पृथ्वीतलावर अशी कोणी व्यक्ती आहे तरी का, की केवळ ज्ञानातून निर्माण होणाऱ्या शब्दांचे बुडबुडे हवेत सोडणारेच आहेत सारे?"

तिच्या शांतपणे सोडलेल्या तीक्ष्ण शब्दांच्या बाणाने ऋषी दुखावले गेले. आपल्या ज्ञानाला केवळ शब्दांचे बुडबुडे म्हणणे त्यांना आवडले नाही. पण त्यांचे लक्ष तिच्या हातातील निपचित पडलेल्या लहानग्याकडे गेले. एका मातेच्या दुःखापुढे आपल्या ज्ञानाच्या अहंकाराला काही अर्थ नसल्याचे त्या ज्ञानवंताला त्वरित जाणवले. ही वेळ वादविवाद करण्याची नाही, हे ताडून त्यांनी गोतमीला सांगितले.

"हो आहे, अशी एक व्यक्ती माझ्या ऐकिवात. कदाचित तूही ऐकले असशील तिच्याबद्दल. प्रत्येक सौभाग्यवती स्त्री दरवर्षी सावित्रीची आठवण काढत वडाची पूजा करते. आपल्या पतीच्या दीर्घायुष्याची आणि जन्मोजन्मी हाच पती मिळण्याची मागणी करते. तिने प्रत्यक्ष यमाच्या तावडीतून आपल्या पतीला आणले होते!"

"सत्यवानाची सावित्री... खरेच की; मी विसरलेच होते तिला. यमाच्या मागोमाग जाऊन आपल्या पतीचा जीव परत आणणारी ती असामान्य स्त्री."

इतक्या सर्वज्ञात असलेल्या स्त्रीला आपण कसे विसरलो, तिला प्रश्न पडला. तिच्या डोळ्यांतून घळाघळा पाणी ओघळू लागले. ती म्हणाली, "हो मला माहीत आहे तिच्याबद्दल थोडेसे. पण तुम्हाला तिची अधिक माहिती असल्यास सांगा. तिला कसे भेटायचे तेही सांगा.

गोतमी आपली अधिरता लपवू शकली नाही.

"महाराज, मी एक गरीब कुटुंबातील सामान्य स्त्री, त्यात शूद्र. आमच्यापर्यंत अशा गुह्य गोष्टी कधीही पोहोचू दिल्या नाहीत. आमच्यापर्यंत येतात त्या केवळ सहज, साध्या सोप्या भाषेतील कहाण्या आणि त्याच्या भोवती गुंफलेली व्रतवैकल्ये आणि कर्मकांडे. महाराज, माझ्यावर आणखी एक कृपा करा. मला सावित्रीला भेटायचे आहे."

"या वटवृक्षाप्रमाणे फुललेल्या कहाण्यांचा उद्देशच सर्वसामान्यांपर्यंत त्या व्यक्ती आणि त्यांनी केलेली कामगिरी पोहोचवण्याचा असतो. त्यातून कुतूहल निर्माण होऊन, हजारो लोकांतून एखादाच खोदकाम करून मुळांपर्यंत पोहोचतो. हे खोदकाम केवळ शारीरिकच नसते, तर मानसिकही असते. जितके ते बाह्य विश्वात करावे लागते, त्याही पेक्षा अधिक स्वतःच्या आत करावे लागते. ते पुन्हा कुतूहल असणाऱ्या प्रत्येकाला साधतेच असे नाही. त्यामुळे त्याचे वाईट वाटून नको घेऊस.

कोणतीही सर्वसामान्य स्त्री म्हणून तू भूमी आहेस. माता म्हणून सर्जनांचे मूळ आहेस. मुळातच कोणत्याही स्त्री पुढे सर्व पंचमहाभूतांपासून देवदेवतांचा प्रमुख जो इंद्र त्यालाही लीन व्हावे लागते. केनोपनिषद हेच सांगते. तेव्हा मी कोण तुझ्यावर कृपा करणारा? तुझा मार्ग तुझ्या तुलाच शोधावा लागेल, जसा तो प्रत्येकालाच शोधावा लागतो. मला

तुला मदत करायला आवडले असते, पण मी स्वतः प्रतिभेचा स्वामी व्यास नाही किंवा जन्मोजन्मी ज्ञानाचे ओझे वाहत पुढे नेणारा असा जन्मजात ब्राह्मण नाही. ज्यांनी ज्ञान जाणले, जपले आणि पुढील पिढ्यांपर्यंत वाहून नेले, अशा एखाद्या ब्राह्मणाकडून तुला मार्ग मिळू शकेल. जेव्हा तुम्हाला तत्त्वांची, धर्माची आठवण येते, तेव्हा त्यांची जपणूक करणाऱ्यांकडेच जावे लागते."

हताशपणे गोतमीने ऋषींना नमस्कार केला. जड पावलांनी नव्या दिशेचा शोध सुरू झाला. आता सावित्रीकडे जायचे, हाच विचार तिच्या मनात होता. दिशा निश्चित नसताना प्रत्येक पाऊल मणामणाने जड होऊन जाते. प्रत्यक्ष मृत्यूला भेटलेल्या व आपल्या पतीला त्याच्या तावडीतून सोडवून आणणाऱ्या सावित्रीला भेटण्याशिवाय गत्यंतर नाही. ती कोठे भेटेल, हे कोण सांगू शकेल, याचा विचार सुरू झाला. तिला ज्या अमरत्वाच्या प्रदेशाचा पत्ता दाखवला तो म्हातारा ब्राह्मण पुन्हा आठवला. तिने त्याचा धावा केला. तेवढ्यात तिला म्हाताऱ्याच्या खोकण्याचा आवाज आला. तिला विचारांच्या तंद्रीतून जाग आली. ती म्हणाली, "तुम्ही माझ्या अवतीभवतीच आहात होय. आताच तुमचा विचार माझ्या मनात आला."

"कोणताही विचार तुमच्या मनात आला तर तो तुम्ही जगू लागता. विचारातून स्वप्नांची निर्मिती होते. तू माझा विचार केलास आणि मी हजर झालो, ही त्याचीच परिणिती आहे. असो! धर्म, तत्त्व, विचार यांच्याविषयी केवळ खरा ब्राह्मणच जाणू शकतो. तुम्ही ज्यावेळी यातील कोणत्याही घटकांचा विचार कराल, तेव्हा तो विचार गुरू-शिष्य परंपरेतून जपत तुमच्यापर्यंत पोहोचवण्याचे काम ब्राह्मणांनीच केले आहे. हे विसरू नकोस." म्हाताऱ्या ब्राह्मणाच्या शब्दांमध्ये अभिमान डोकावत होता.

तो पुढे म्हणाला, "यातील कोणत्याही घटकांचा विचार जरी मनात आला तरी मीच तुमच्या मनात उतरतो, त्यामुळे तू आश्चर्य वाटून घेऊ नकोस. तुझी अडचण सांग. माझ्या स्मृतीतून त्यावर काही मार्ग निघतो का, बघू."

गोतमीने सांगितले, "मला प्रत्यक्ष सावित्रीला भेटायचे आहे."

म्हाताऱ्याच्या चेहऱ्यावर हास्य उमटले.

"मी तुला व्यासांचा पत्ता तर आधीच दिला होता. खरेतर तू त्यांनाच विचारायला हवे होते, कारण त्यांनीच महाभारतात सावित्री आणि सत्यवानाविषयी 'वनपर्वा'तील पातिव्रत्य महात्म्यामध्ये अध्याय क्रमांक २९७मध्ये सांगून ठेवले आहे. त्यामुळे आणि त्रिकालज्ञानी असल्यामुळे तिचा नेमका ठावठिकाणा त्यांनाच माहीत असला पाहिजे."

गोतमीला व्यासांचा उग्र, तपस्वी चेहरा आठवला. तिच्या मनामध्ये भीतीची लहर

उठली. पुन्हा त्यांच्यापाशी जावे लागेल. एवढे समजावून सांगूनही मी अद्याप माझ्या मुलाच्या पुनर्प्राप्तीसाठी प्रयत्न करतेच आहे, हे पाहून कदाचित ते रागाच्या भरामध्ये आपल्याला शाप देतील, असे गोतमीला वाटले. तिने घाबरतच ब्राह्मणाला विचारले, "महाराज, तुम्ही ज्ञानाच्या अधिक उच्च पातळीवर आहात, तुम्हाला अधिक दूरवरचे दिसत असेल. तेव्हा तुम्ही मला केवळ दिशा दाखवली तरी चालेल. मी शोधून काढेन सावित्रीला. दिशा योग्य असली की पायाखालचा रस्ता कितीही काट्याकुट्याच्या, दऱ्याखोऱ्यांचा असला तरी कष्टदायक ठरत नाही."

"नाही मुली, माझ्या ज्ञानाची मर्यादा इतकीच आहे. तू प्रत्यक्ष व्यासांशीच बोलावे, हे योग्य."

बोलता-बोलता त्यांनी तिच्या डोक्यावर हात ठेवला. त्या हातातून एक प्रचंड वावटळ उठत तिच्या संपूर्ण शरीरात पसरत गेली. त्यात तिचे शरीर खूप खोलवर भिरकावले गेले. गोतमीला जागृती आली, तेव्हा ती पुन्हा व्यासांच्या पायाशी येऊन पडली होती. जणू तिने हा संपूर्ण प्रवास व्यासांच्या पायापाशीच पूर्ण केला असावा.

तिची चाहूल लागताच व्यासांच्या उग्र चेहऱ्यावर किचिंत हास्य विलसले. तिने पुन्हा नमस्कार केला. डोळ्यांतून गंगा-यमुना सुरू होत्या. सामान्य गोष्टीतील हारही माणसाला मुळापासून हलवून टाकते. येथे तर प्रचंड हार पदरी पडलेली. घरामध्ये पती नसताना मुलाला झालेला सर्पदंश, सासूशीच नव्हे तर गावातील प्रत्येकाच्या सांत्वनाला धुडकावून धरलेली ही अनवट वाट. तुम्ही प्रचलित राजमार्गाने जेव्हा चालत असता तेव्हा समाज तुमच्याकडे लक्ष देत नाही. मात्र, त्यापेक्षा वेगळी वाट धरणाऱ्यांना केवळ उपेक्षाच नाही, तर टीका, निंदा-नालस्तीला सामोरे जावे लागते. गोतमीच्या मांडीवर मुलाचे कलेवर अद्यापही तसेच होते. त्याच्याकडे लक्ष जाताच व्यासांनी आपल्या धीरगंभीर आवाजात विचारले, "मुली, प्रत्यक्ष अमरत्वाचा स्पर्श झालेल्या व्यक्तींना तू भेटलीस. तुला तुझ्या प्रश्नांचे उत्तर मिळाले असेल."

"नाही महाराज, उलट या लोकांनी कधीही मृत्यू पाहिलेलाच नसल्याने त्याचे कोडकौतुक सुरू केले. यातील अनेकांना आपल्या जीवलगांच्या, नातेवाइकांचा मृत्यू पाहावा लागला तरी त्याचा काहीही चांगला-वाईट परिणाम त्यांच्यावर झालेला दिसला नाही. उलट आपल्याच दुःखांना कुरवाळण्यामध्ये ते गुंग आहेत."

"मुली ते साहजिकच नाही का? त्यांना स्वतःला ज्याचा कधी स्पर्श झालेला नाही. त्यांना त्याविषयी कोणतीही भावना नसणेच योग्य. एखाद्या आंधळ्यासमोर जाऊन रंगांचे कौतुक करण्यात काय अर्थ? त्याच्यासाठी तर काळा हाच एकमेव रंग."

"पण महाराज, मला अशा व्यक्तीला भेटायचे आहे की, जो प्रत्यक्ष मृत्यूला भेटला. मला एका ऋषींनी सावित्रीचे नाव सांगितले."

"तू माझ्याकडे आलीस ती अमरत्वाच्या शोधामध्ये, म्हणून तुला तो आधीचा मार्ग दाखवला. प्रत्यक्ष मृत्यूला भेटलेल्या फारच कमी व्यक्ती आहेत, त्यात तुझ्यासाठी तर सावित्री सर्वात महत्त्वाची. अगदी तुझ्यासारखीच स्त्री असूनही यमाच्या कोणत्याही लोभाला बळी न पडता पाठलाग करून पतीला यमाच्या तावडीतून सोडवून माघारी आली."

"मला तिला भेटलेच पाहिजे, महाराज. माझ्या मुलाखातर मला तिला भेटलेच पाहिजे. तिचा अनुभव माझ्यासाठी खूप महत्त्वाचा ठरणार आहे."

व्यासांनी सांगितले, "तू मद्र देशाच्या दिशेने जात राहा." त्यांनी तिला सावित्रीची थोडक्यात कहाणी सांगितली.

मद्र देशाचा राजा अश्वपती आणि राणी मालवी यांच्यासमोर सर्व सुखे हात जोडून उभी असली तरी संतान नसल्याने अन्न गोड लागत नव्हते. राजाने भरपूर यज्ञयाग केले. त्याच्या आराधनेने प्रसन्न होऊन गायत्री देवीने कन्यारत्न दिले. दैवी आशीर्वादाने जन्म झाल्याने सावित्री ही रुपवती, गुणवती आणि सुस्वभावी होती. ती उपवर होताच राजा अश्वपती, राणी मालवी यांना तिच्या विवाहाची चिंता सतावू लागली. विविध राजकुमारांकडून तिच्यासाठी प्रस्ताव येऊ लागले. मात्र, एकही वर तिला पसंत पडेना. राजाने आपल्या कन्येयोग्य वर शोधण्यासाठी प्रयत्न सुरू केले. स्वतः सावित्रीला त्यासाठी यात्रा करण्याची परवानगी दिली. वरसंशोधनासाठी फिरताना सावित्रीला एक वनात एक तेजस्वी तरुण दिसला. त्याचे नाव सत्यवान! दिसताक्षणीच तिने 'हाच आपला सहचर' असा निश्चय केला. तिने काही दिवस त्याच्यावर पाळत ठेवली. तोही एका देशाचा राजकुमारच असल्याचे समजले. त्याच्या वडिलांना - राजा द्युमत्सेन याला - भाईबंदांनी पदच्युत केल्यानंतर ते सगळे त्या वनातील झोपडीत राहत होते. सत्यवान आपल्या मात्या-पित्याची मनोभावे सेवा करत होता. या तरुणाशी विवाह करण्याचा विचार सावित्रीने आपल्या मात्या-पित्यापाशी व्यक्त केला. राजा अश्वपतीने सत्यवानाची माहिती मिळवली. राजगुरूंकडून त्याला लग्नानंतर एक वर्षानेच मृत्यू असल्याचेही समजल्याने राजा-राणीने सावित्रीला या विचारापासून परावृत्त करण्याचा प्रयत्न केला. मात्र, मनात भरलेल्या सत्यवानाव्यतिरिक्त अन्य कोणाचाही विचार करायला सावित्री तयार नव्हती. शेवटी हताश होऊन तिचे प्रारब्ध तिच्यासोबत असे म्हणून राजाने तिचा विवाह सत्यवानाशी लावून दिला. विवाहबद्ध झाल्यानंतर सावित्री आपल्या पतीसह

वनातच राहू लागली. पण तिच्या मनामध्ये आपल्या पतीच्या अल्पकाळात होणाऱ्या मृत्यूचा विचार सतत घोळत असे. तो दूर ठेवण्यासाठी तिने अनुष्ठाने सुरू केली.

एके दिवशी सत्यवान वडाच्या झाडाच्या फांद्या तोडून खाली टाकत होता. सावित्री झाडाखाली त्याच्या मोळ्या बांधत होती. लाकडे तोडताना सत्यवानाच्या मस्तकात तीव्र वेदना होऊ लागल्या. काही समजण्याच्या आत तो तोल जाऊन खाली पडला. सावित्री धावत त्याच्याजवळ गेली. त्याची मान मांडीवर घेतली. पाणी पाजण्याच्या प्रयत्न करू लागली. पण ते पाणी त्याच्या तोंडात जाण्याऐवजी ओघळून बाहेर येऊ लागल्याने तिला प्रत्यक्ष मृत्यूची जाणीव झाली. तिने डोळे मिटून प्रत्यक्ष मृत्यूच्या देवतेचा आवाहन करून पतिदेवाला सोडण्याविषयी धावा सुरू केला. तिला सूक्ष्मरूपाने आलेला यमराज दिसला. त्याला पतीच्या प्राणदानाची कळवळीची विनंती केली. पण आपल्या निहित कर्तव्यापासून यम काही ढळला नाही. उलट त्याने तिला प्रेमाने, रागाने, समजावून दूर करण्याचा प्रयत्न केला. पुढे आपल्या सूक्ष्मदेहाने त्याचा यमलोकापर्यंत पाठलाग करत आपल्या पतिदेवाच्या जीवनासाठी वादविवाद करत राहिली. त्याने मृत्यूच्या अटळतेचे व्याख्यान तिला दिले तरी ती तत्त्वज्ञानावर चर्चा करत राहिली. तिच्या चिकाटीपुढे अखेर यमाला हार मानावी लागली. यमपाशातून मुक्त झाल्यानंतर सत्यवान सावित्री पुनश्च पृथ्वीवर आले. त्यांनी दीर्घकाळ सुखी संसार केला. हे सारे मार्कंडेय ऋषींनी सांगितले

आहे. पण त्याची तुला गरज नाही. तू प्रत्यक्ष सावित्रीकडे जा. यमलोकातून आपल्या पतीला तिने कसे माघारी आणले, याविषयी प्रत्यक्ष तिच्याच मुखातून जाणून घे. कदाचित तुझ्या पुत्राला माघारी आणण्यासाठी ते उपयोगी राहिल. व्यासांनी तिला आशीर्वाद देत दिशादर्शन केले. मद्र देशाच्या दिशेने गोतमीचा प्रवास सुरू झाला. काही काळ दिवस मनामध्ये केवळ आपल्या पुत्राचा आणि त्यानंतर सावित्रीचा विचार गोतमीच्या मनात सुरू होता. विचारांची दिशा आणि पायाची दिशा एक झाल्यानंतर प्रत्यक्ष ध्येय फार काळ दूर राहू शकत नाही. त्याचप्रमाणे ती सावित्रीसमोर उभी राहिली.

पांढऱ्या शुभ्र साडीतील उंचीपुरी, गोरीपान, तेजपुंज सावित्री चेहऱ्यावरून तितकीच शांत वाटत होती. सारे काही पचवल्यानंतर येणारा शांतपणा तिच्या चेहऱ्यावर विलसत होता. गोतमीने नमस्कार केला. आपल्या येण्याचे प्रयोजन सांगितले. सावित्रीच्या चेहऱ्यावर किंचित हसू आले. इतक्या वर्षांच्या प्रदीर्घ कालावधीनंतर खऱ्या ज्ञानाच्या उद्देशाने कोणीतरी तिच्या समोर उभे होते. आजवर प्रत्येक स्त्रीने वडाची पूजा केली, आपल्या नवऱ्याच्या दीर्घायुष्याची कामना केली. अगदी त्यावेळी वडाला दोरे गुंडाळताना तिथे आंबे आणि दक्षिणेसाठी बसलेल्या ब्राह्मणाकडून कदाचित सावित्रिची कथाही मनोभावे ऐकली. पण एकहीजण प्रत्यक्ष तिचा माग काढत आजवर आली नव्हती. तिच्या कर्तृत्वाविषयी, प्रत्यक्ष यमराजाशी केलेल्या वादविवादाविषयी कोणत्याही स्त्रीला कधी कुतूहल वाटले नाही. गोतमीला पाहून समाधान वाटले तरी तिच्या हातातील लहान बालक दिसत होते. तिने गोतमीला बसायला सांगितले. तिचे आदरातिथ्य केले. गोतमीने फार वेळ न घालवता थेट मुद्द्याला हात घातला.

तिने सावित्रीला प्रश्न विचारला. "तुझ्या पतीप्रमाणेच माझा हा पुत्र मृत्यूच्या तावडीत सापडला आहे. त्याला यमाच्या तावडीतून सोडवून आणता येईल का?"

इतक्या थेट प्रश्नाची सावित्रीला खरेतर अपेक्षा नव्हती. ती काहीशी गोंधळली. काय उत्तर द्यावे, हे तिला सुचेना. पण धीर एकवटून ती म्हणाली, "या प्रश्नाचे उत्तर तुला सरळ सरळ हो असे हवे आहे, हे मला माहीत आहे. एक माता म्हणून तुझा तो अधिकार आहे. पण प्रत्येकाच्या क्षमता भिन्न असतात. माझ्या क्षमतांविषयी मी अभिमानाने बोलते आहे, असे तुला कदाचित वाटेल, पण तसे नाही. खरोखरच प्रत्येकांच्या ताकदीची ठिकाणे आणि मर्यादांच्या जागा भिन्न असतात. एक व्यक्ती दुसऱ्या व्यक्तीसारखी असत नाही. मी माझ्या पतीसाठी यमलोकापर्यंत गेले, याचा लोकांनी माझ्या पातिव्रत्याशी संबंध जोडला. मी पातिव्रत्याच्या जोरावर तिथवर पोहोचू शकले. मात्र, तुझे यमाशी किंवा कळीकाळाशी भांडण आहे, ते पुत्रासाठी. आपल्या अपत्यासाठी मातेचे प्रेम हे कदाचित

पती-पत्नीच्या प्रेमापेक्षाही अधिक आतून - अगदी गर्भाशयात रुजण्यापासून सुरू होते. त्यामुळे यमापर्यंत पोहोचणे तुझ्यासाठी माझ्यापेक्षाही सोपे असू शकेल असे मला वाटते."

"सावित्री, तुझ्या बोलण्याने प्रथमच मला धीर आला. कारण आजवर ज्यांच्या ज्यांच्यापाशी मी गेले, त्यांनी हे सारे अवघड असल्याचे ठासून सांगत माझे खच्चीकरण करण्याचा प्रयत्न केला. हे शक्य आहे, सोपे आहे असे म्हणणारी तू पहिलीच. कदाचित स्त्री असल्यामुळे तुला स्त्रीची ताकद माहीत असेल."

"हे खरे आहे, स्त्री म्हणून आपण या साऱ्या पुरुषांपासून वेगळ्या आहोत. कदाचित त्यांच्याकडे परंपरेने आलेले ज्ञान, तपश्चर्येतून मिळवलेल्या प्रतिभा यांचा संगम असेल, पण त्यांच्यापाशी एखाद्या स्त्रीसारख्या भावना असत नाहीत. या तीव्र भावनांमुळे स्त्री पवित्र वाटू शकते किंवा त्याच्या उलट कोणत्याही अवगुणांनी भरलेली पुतळी वाटू शकते. तुम्ही कोणत्या नजरेने स्त्रीकडे पाहता यावर तिचे स्वरूप ठरते. आता माझेच बघ... माझे केवळ पातिव्रत्य एवढा एकच गुण अधिक स्पष्टपणे मांडला जातो. म्हणजे पतीशिवाय मी वेगळी नाहीच काढता येत. अर्थात, अर्धांगिनी म्हणून आपण मिरवत असतोच की नेहमी. पण त्याहीपेक्षा एक स्त्री एक माणूस म्हणून वेगळी असते, हे समाज मान्य करत नाही. माझ्याकडे एक पत्नी म्हणून आणि उद्या तुझ्याकडे केवळ माता म्हणून पाहिले जाईल. सामान्यतः कोणत्याही स्त्रीला एक मुलगी, बहीण, पत्नी, कुटुंबाची सून अशा जन्मजात किंवा सामाजिक नात्यांनीच अधिक ओळखली जाते. त्याहीपेक्षा ती भिन्न आहे हे कोणी मान्य करत नाही."

"तू भिन्न आहेस. अगदी सर्व स्त्रियांपेक्षाही भिन्न आहेस सावित्री. म्हणून तर प्रत्यक्ष कळीकाळाचा सामना तू करू शकलीस. मला तुझी ती ताकद, क्षमता मिळवण्याचा मार्ग दाखव. मृत्यूचा नेमका क्षण तू कसा काय ओळखलास? ते मला सांग. माझ्या पुत्रापर्यंत पोहोचण्याचा तोच एकमेव उपाय मला तर दिसतो आहे."

"खरे आहे तुझे म्हणणे. माझ्या पतीच्या मृत्यूचा क्षण नेमका कसा ओळखता आला, याचा विचार मीही केला नव्हता. पण कदाचित माझ्या पतीचा मृत्यू एक वर्षात लगेच असल्याविषयी आमच्या लग्नाआधीपासूनच चर्चा होती. त्यामुळे मी सजग राहिले असते. सतत एक वर्षे आपल्या जिवलगाच्या मृत्यूचा विचार करत सजग राहणे म्हणजे काय दिव्य असेल, याचा अंदाज कोणालाही येऊ शकत नाही. मी ते दिव्य केले. आपल्या जिवलगाच्या मृत्यूचा विचार करू नये असे सांगितले जाते. वाईट चिंतू नये असे म्हणून सर्वसामान्य तो विचार टाळण्याचा प्रयत्न करतात. अगदी एखादे तसे स्वप्न पडले तरी काय बाई विचित्र स्वप्न म्हणून ते टाळण्याचाच प्रयत्न केला जातो. पण मी

तयार होते त्या प्रसंगासाठी. माझ्या मनाची पूर्ण तयारी झालेली होती. प्रत्यक्ष यमाशीही माझ्यासारखी सामान्य मुलगी वादविवाद करू शकली, कारण ते संवाद मी अनेकवेळा मनाशी घोकलेले होते. वर्षभर मी मृत्यूचा प्रत्येक क्षण जवळून पाहिला होता. लोकांना वाटते की केवळ पातिव्रत्याच्या तेजामुळे मला प्रत्यक्ष यम दिसला."

सावित्रीच्या स्पष्ट बोलण्यामुळे गोतमीलाही थोडेसे बळ मिळाले.

तिने थोडे धाडस करत सावित्रीला विचारले, "म्हणजे ज्या पातिव्रत्याच्या नावाखाली आजवर तुझी पूजा होत आली, तुझी आठवण जपली गेली, त्या पातिव्रत्याचे महत्त्व तू स्वतः नाकारतेस का?"

सावित्री अगदी खिन्नपणे म्हणाली, "मी तुला आधीच म्हणाले की सर्व स्त्रियांना केवळ त्यांच्या पिता, बंधू, पती, पुत्र किंवा अगदी पौत्र यांच्याशी मुलगी, बहीण, पत्नी, आई, आजी म्हणून जोडून मोजले जाते. मी पतिव्रता होते, यात शंका नाही. पण मला केवळ एक वर्षाच्या पातिव्रत्याने यमाशी झगडण्याचे बळ मिळाले असे म्हणणे म्हणजे वर्षानुवर्षे अगदी मृत्यूपर्यंत पतिव्रता राहिलेल्या अन्य स्त्रियांवर अन्याय नाही का? सामान्य स्त्रियांचे सोडून द्या, ज्यांना परंपरेने पतिव्रता म्हणून गौरवले त्या पाचही जणी - अहल्या, द्रौपदी, सीता, तारा आणि मंदोदरी - यांच्यावर अन्याय नाही का?"

"खरे आहे तुझे म्हणणे. मी स्वतः माझ्या पतिव्यतिरिक्त अन्य कोणत्याही पुरुषाचा कधी विचारही केलेला नाही. पती दूरदेशी असतानाही माझ्या कोणत्याही कर्तव्याला चुकलेले नाही. पत्नी म्हणून पातिव्रत्याच्या बाबतीत कधी कमी पडले नाही. माता म्हणून मुलाच्या बाबतही माझे प्रत्येक कर्तव्य आजवर पार पाडलेले आहे. मग मला मृत्यू का दिसला नाही?" गोतमीने पोटतिडकीने विचारले.

"येथे एक फरक आहे, गोतमी. माझ्या पतीच्या मृत्यूचा विचार तो माझ्या संपर्कात आल्यापासून सातत्याने माझ्या मनात होता. तो टाळण्यासाठी लग्न झाल्यापासून माझे प्रयत्न सुरू झाले होते. कोणतीही माता आपल्या मुलाच्या मृत्यूचा विचारही मनात आणत नाही - तूही कधी आणला नसेल. चुकीने कधी आलाच, तर तो टाळण्याचा प्रयत्न अधिक असतो. जर तुम्ही मृत्यूचा विचारही टाळत असाल, तर तो तुम्हाला कसा दिसेल?"

सावित्रीच्या प्रश्नानंतर काही क्षण थांबली. पुढे म्हणाली, "अगदी प्रत्येकाला आपण मर्त्य आहोत, हे माहीत आहे. कधी ना कधी आपण मरणार हे माहीत असूनही त्याचा कधी कोणी विचारही करत नाही. इथे तर तो तुझा मुलगा आहे. सामान्यतः मुलगा आपल्यापेक्षा अधिक जगणार, हे अध्याहृत मानले जाते. आपल्या मनामध्ये उतरणीच्या

काळात असलेल्या आपल्या माता-पित्यांच्या मृत्यूंचा विचार नकळत डोकावून जातो. मात्र, तोही त्यांची मृत्यूपासून सुटका करण्याच्या हेतूने नाही, तर त्यांच्यानंतर आपले कसे होणार किंवा कुटुंबांची संपूर्ण जबाबदारी आपल्याला पेलवणार का, अशा पूर्ण भौतिक हेतूने. माझ्या विवाहाच्या वेळी राजज्योतिष्यांने माझ्या होऊ घातलेल्या पतीच्या मृत्यूविषयी सावध केले होते. सर्वांनी या विवाहापासून मला परावृत्त करण्याच्या प्रयत्न केला असला तरी मीही प्रेमामुळे हट्टाला पेटून विवाह केला. प्रेमाच्या बहरामध्येही त्यांच्या मृत्यूचा विचार माझ्या मनात ठाण मांडून बसलेला असायचा. त्या वर्षाचा प्रत्येक क्षण मी सत्यवानाचा मृत्यू अनुभवत होते. हे सारे ऐकायला विचित्र वाटत असेल, पण सत्य आहे. पतीच्या मृत्यूचा सतत विचार करणाऱ्या मला पतिव्रता म्हणावे का? हा ज्याचा त्याचा प्रश्न आहे. पण कठोर सत्य हे नेहमी असेच भीषण असते. मी त्यावेळी सजग राहिले म्हणून मृत्यू किंवा यम मला दिसू शकला, हे स्पष्ट आहे. आणि तेच कदाचित तुझ्या - मला मृत्यू का दिसला नाही, याचे उत्तर असू शकते. यापेक्षा भिन्न मलाही सांगता येणार नाही."

गोतमी निरुत्तर झाली. तिच्या मनामध्ये पुन्हा निराशा दाटू लागली. त्यावर जोर देत ती म्हणाली, "हो, तुझे खरे आहे. मी अत्यंत सर्वसामान्य माता आहे. माझ्या मुलाच्या मृत्यूचा विचार कधीही माझ्या मनात आला नाही. त्यामुळेच त्याविषयी तुझ्याप्रमाणे सजग राहण्याचा प्रश्नच उद्भवत नाही. ते असो. मात्र, आता आहे या स्थितीमध्ये माझ्या मुलाला यमाच्या हातून कसे सोडवायचे, याविषयी सांग. तुझे प्रचंड उपकार होतील."

तिच्या अपेक्षित पण तरीही थेट प्रश्नाने सावित्रीही विचारात पडली. बोलावे की बोलू नये, या विचारात ती म्हणाली, "मी माझ्या पतीला मृत्यूच्या तावडीतून सोडवू शकले, याचे कारण कदाचित मी पतीच्या कलेवराच्या प्रेमात पडले नाही. मी सूक्ष्मदेहाने त्वरित सत्यवानाचा आत्मा घेऊन जाणाऱ्या यमापाठोपाठ गेले, हे असावे. तू... तू मात्र अद्यापही आपल्या मुलाच्या कलेवराला कवटाळून बसली आहेस. अगदी सूक्ष्मदेहाने माझ्यासमोर असतानाही तू तिथे पडलेल्या मुलाच्या कलेवराला घट्ट धरलेले आहेस. आकाशात उंच भरारी घेणारा एखादा पतंग ज्याप्रमाणे साध्या वाटणाऱ्या भौतिक दोऱ्याने पृथ्वीशी जोडलेला असतो, त्या प्रमाणे तू सूक्ष्मदेहाने सर्वत्र फिरत असलीस तरी तुझे एक टोक तुझ्या मुलाशी बांधलेले आहे. भौतिक जग आणि आधिभौतिक जग यातील एकाचीच निवड तू करायला हवी होतीस. हे अर्थात, मला आता सुचलेले एक कारण आहे. मी काही मृत्यू, यमलोक या विषयातील ज्ञानी नाही."

गोतमीच्या मनामध्ये खिन्नता दाटली. त्याकडे लक्ष जाताच सावित्रीला वाईट वाटले.

थोडेसे सांत्वन करावे त्याप्रमाणे म्हणाली, "हा, एक बाब सांगता येईल. यमाशी वादविवाद करताना मी चिकाटी ठेवली. त्याने मला दोन वर दिले. त्या वरामध्ये सासऱ्यासाठी दीर्घायुष्य आणि राज्य परत मिळावे, ही मागणी केली. त्याला यमाने तथास्तु म्हटले तरी त्याचा पाठलाग करणे सोडले नाही. ही चिकाटीच कदाचित मला यश देऊन गेली असेल. तूही प्रचंड चिवटपणे मुलाला वाचवण्यासाठी प्रयत्न करत आहेस. तुलाही नक्कीच यश मिळेल, असे मला वाटते."

गोतमीच्या मनामध्ये आशेचा अंकुर फुटला. ती म्हणाली, "मला एक गोष्ट कळली नाही. पतीचा जीव तू पुन्हा मागू नयेस, ही अट होती, हे खरे. अशा वेळी तू मृत्यूच्या देवतेकडे, विशेष म्हणजे भौतिक जीवनाच्या अंतासाठी कारणीभूत असलेल्या देवतेकडे भौतिक गोष्टींची मागणी का केलीस? त्याऐवजी तू त्या आधिभौतिक व मृत्यूवर विजय मिळवण्यासाठी आवश्यक ज्ञानाची मागणी करायला हवी होती."

"खरे आहे तुझे म्हणणे. राजकन्या म्हणून माझे तुझ्यापेक्षा कदाचित थोडे अधिक शिक्षण झाले असले तरी मीही तुझ्यासारखी स्त्रीच आहे. कदाचित तुझ्या पुढे अनुभवाचे एखादे पाऊल अधिक पुढे असेल, इतकेच. मीही काही विचारपूर्वक सर्व गोष्टी केल्या असे नाही. त्यावेळी सूचल्या प्रमाणे, अवचित किंवा अनावधानाने किंवा अंतःप्रेरणेने जे वाटले ते मी केले. तू असे असे कर, इतकी स्पष्टता त्यात नक्कीच नव्हती. असंख्य गोष्टी अचानकपणे योग्य जुळून येत गेल्या. याविषयी अन्य लोक मला कितीही महत्त्व देत असले तरी माझ्या कर्तृत्वाचा वाटा अत्यल्पच होता. हे तुझ्या निमित्ताने मलाही चांगलेच उलगडले आहे."

"माझ्यासारख्या पतिव्रतेच्या हट्टापुढे माघार घेतलेल्या यमदेवतेने तुझ्यासारख्या एका मातेच्या आर्त मागणीला साद देत तुझ्या पुत्राला जिवंत करावे असे मलाही नक्कीच वाटते आहे. यमाच्या दरवाजापर्यंत पोहोचलेला, त्याला आपल्या बालसुलभ, तरीही प्रगल्भ विचाराने प्रसन्न करणारा एकमेव मुलगा आहे, तो म्हणजे नचिकेत. त्याला भेट. तो तुझी मदत करू शकेल कदाचित."

एका पाठोपाठ आलेल्या अपयशामध्ये पुन्हा नवी दिशा दिसल्यामुळे गोतमी जिद्दीने पेटून उठली.

'नचिकेत... कोण हा नचिकेत?'

त्याचा शोध घेण्यासाठी ती ताडकन उभी राहिली. सावित्रीला नमस्कार केला. शेजारी ठेवलेला, आतापर्यंत कडक झालेला मुलाचा देह उचलला आणि त्वरेने निघाली.

नचिकेताग्नी

गोतमीच्या मनामध्ये नचिकेतचा धावा सुरू झाला. प्रत्यक्ष सावित्रीने, वाल्मिकी ऋषींनी नचिकेतचा उल्लेख केल्यामुळे तिच्या मनात त्याचा शोध सुरू झाला होता. मात्र, या साऱ्या धांदलीमध्ये तिला याची जाणीव झाली की, नचिकेतपर्यंत कसे पोहोचायचे, हे तिने विचारलेच नाही. तिचा निळा-काळा पडलेला पुत्र आता लाकडाप्रमाणे झाला होता. त्वरा करायला हवी, हे तिला समजत असले तरी धुक्याने भरून गेलेल्या वातावरणामध्ये कोणती दिशा कोणीकडे आहे याचाही अंदाज येत नव्हता. तिची पावले दिशाहीन पडत होती. प्रवास सुरू असला, मनात ध्येय माहीत असले तरी ज्या साधनाने पोहोचायचे आहे, ते साधन तिच्या हातामध्ये नव्हते. मुलाला मृत्यूच्या तावडीतून सोडवायचे, शक्य झाले तर अमर करायचे याचा ध्यास तिने घेतला होता. यासाठी तिच्या कृश शरीराने आयुष्यभरात केले नसतील एवढे कष्ट या काळात उचलले होते.

काळाला बांधणाऱ्या दिवस-रात्री यांच्या पलीकडे असलेल्या प्रदेशात तिचा शिरकाव झालेला असल्याने मुलाच्या मृत्यूला किती काळ उलटला आहे, अशा प्रश्नांनाही काही अर्थ उरलेला नव्हता. इथे एकेक क्षण मोलाचा होता. जेव्हा आपण कोणाचीतरी प्रतीक्षा करत असतो, त्यावेळी हा न संपणाऱ्या काळाचा अनुभव सर्वांना येतो. सध्याची गोतमीची मानसिक स्थिती काळ किती वेगाने चालला आहे, मुलाच्या मृत्यूला किती काळ उलटून गेला आहे किंवा चालला आहे, याची तीव्र जाणीव करून देत होती. तर दुसऱ्या बाजूला ती ज्या उत्कटतेने नचिकेतची वाट पाहत होती, त्यामुळे तो कधी येणार किंवा आपण त्याच्यापर्यंत कधी पोहोचणार या विवंचनेमध्ये काळ प्रचंड लांबत गेल्याची जाणीवही होत होती. अशी दोन्ही बाजूंनी होणारी कुतरओढ तिच्या मनाला झेपेनाशी झाली. तिला ग्लानी येत होती.

काळाची जाणीव मध्येच लुप्त झाली. तिला आकाशाला फांद्या फुटल्याचे स्पष्ट

दिसले. क्षणभर काही कळले नसले, तरी पुढच्या क्षणी जागृतीने मेंदूवर ताबा मिळवला. ती झाडाला टेकून बसली असून, तिच्या मांडीवर मुलाचे कलेवर असल्याचे जाणवले. ज्या वृद्ध माणसांने तिला व्यासांचा आणि चिरंजीवित्वाच्या प्रदेशाचा ठावठिकाणा दिला. तो तिच्यापासून काही अंतरावर दु:खी मनस्थितीमध्ये बसलेला असल्याचे स्पष्ट जाणवले. तिच्या मनात अद्यापही नचिकेतचा विचार सुरू होता. हा नचिकेत कोण, त्याला प्रत्यक्ष मृत्यूची देवता असलेल्या यमापर्यंत कसे जाता आले हे तिने ऋषींना विचारायचे राहिले होते. या वृद्ध ब्राह्मणाला विचारावे का? तिच्या मनामध्ये विचार आला. मात्र, ओठ उघडण्याएवढेही कष्ट शक्य नसल्याचे तिला जाणवले. प्रचंड असहाय्यता तिच्या मनामध्ये भरून आली. स्वत:विषयी कीव आली. कसेबसे तिच्या तोंडून नचिकेत... एवढे शब्द बाहेर पडले. ते त्या वृद्धापर्यंत पोहोचल्याचे जाणवले. तो जणू कानांची ओंजळच करून बसलेला असावा, त्याप्रमाणे अस्फुटसे उच्चारलेल्या नचिकेतचे नाव त्याच्यापर्यंत पोहोचले. त्याला सर्व विषय माहीत असल्याने म्हणा किंवा 'त' म्हणता ताक-भात ओळखण्याएवढा सुज्ञपणा पांढऱ्याशुभ्र झालेल्या केसांनीही जपलेला असल्याने म्हणा, त्यातील मथितार्थ फारसे न बोलताही त्याला लगेच स्पष्ट झाला.

त्याने तिला नचिकेतचे माहात्म्य सांगितले.

जन्मतः काहीजण पुण्यांचे, संस्काराचे धडे गिरवूनच येतात, त्यातलाच एक होता नचिकेत. त्याचे वडील गौतम कुळातील पुण्यवान ऋषी होते. त्यांचे नाव उद्दालक. त्यांना वाजश्रवस या नावानेही ओळखले जात असे. त्यांनी एक यज्ञ केला. यज्ञांच्या प्रथेप्रमाणे विधी करणाऱ्या ब्राह्मणांसह सर्व ऋषींना दान करावे लागते. या दानामध्ये वाजश्रवस यांनी आपल्याकडील हडकुळ्या, वांझ किंवा भाकड गायी दिल्या. सर्व ज्ञानिजनांना हे जाणवले; यज्ञांच्या यजमानाचा अपमान करायला नको, म्हणून कोणी काही बोलत नव्हते. त्यांच्यांत कुजबूजही सुरू झाली असली तरी वाजश्रवस ऋषींचा दान कार्य सुरूच होते. एकेक ब्राह्मण, ऋषी येत होता, त्याच्या हातावर उदक सोडून गाय दान दिली जात होती. हे सर्व बालक असलेला नचिकेत पाहत होता. त्याला ती बाब खटकली. त्याने आपल्या पित्याला प्रश्न केला.

"पिताजी, यज्ञाच्या दानामध्ये आपल्या सर्वात प्रिय वस्तूचे दान करायचे असते, असे आपण शिकवता ना? या गायी तुम्हाला प्रिय आहेत कि वांझपणामुळे ओझे झालेल्या आहेत. या वांझ गायी दान देण्यातून तुमचे ओझे कमी होणार असले तरी तुम्हाला पुण्य मिळणार नाही. तुमच्या प्रिय अशा वस्तू तुम्ही दान कराव्यात."

हे बोल ऐकताच सर्व ऋषींमध्ये चैतन्यांचे वारे पसरले. आता चांगल्या गोष्टी दान मिळतील, अशी लालसा त्यांच्या मनामध्ये उत्पन्न झाली. मात्र, वाजश्रवसने नचिकेतच्या बोलण्याकडे दुर्लक्ष करून आपले दानाचे काम सुरू ठेवले. नचिकेतही हट्टाला पेटला. यज्ञांमध्ये आपल्या प्रिय वस्तूंचेच दान देणे आवश्यक असल्याचा उद्घोष त्यांने सुरू

केला. आपले वडील ऐकत नाहीत, हे पाहता त्याचे प्रश्न वाढत गेले. हे सर्व प्रश्न त्यांनीच शिकवलेल्या तत्त्वांवर आधारित होते. त्यातच तो हे प्रश्न सर्व ऋषीमुनींच्या समोर, प्रत्यक्ष स्वगृही यज्ञ सुरू असताना मोठ्याने विचारत होता. वाजश्रवस यांचा रागाचा पारा वाढत चालला होता.

अखेर ते चिडून म्हणाले, "तूच मला सर्वात प्रिय आहेस, जा मी तुला प्रत्यक्ष यमाला दान करतो." हातातून उदक सोडले. किमान एकतरी प्रिय वस्तू आपल्या पित्याने कोणाला तरी दान केली. आता यज्ञाचे पुण्य आपल्या पित्याला मिळणार याचा आनंद नचिकेतला झाला. हळूहळू दानविधी समाप्त झाला. आलेले सर्व ऋषीमुनी आपल्याला दानामध्ये मिळालेल्या गायी व अन्य वस्तू घेऊन गेले. नचिकेत तिथेच वाट पाहत राहिला की जाताना आपल्याला कोणीतरी घेऊन जाईल. मात्र, त्याला न घेताच सर्व जण पांगल्याने संपूर्ण आश्रम परिसरामध्ये तो एकटाच राहिला. वडीलही दिवसभराच्या श्रमामुळे दमूनभागून नुकतेच बसले होते. त्यांच्यापाशी जात नचिकेतने पुन्हा विचारले, “पिताश्री आपण मला ज्यांना दान दिले आहे, त्यांनी मला नेले नाही.”

आता वाजश्रवस याला आपली चूक कळून आली. क्रोधाच्या आवेशाने केलेल्या कृत्याचा अर्थ त्याला जाणवू लागला. आपण प्रत्यक्ष यमाला आपला पुत्र दान केल्याचे त्यांना बोचू लागले.

बाल नचिकेतला याची कोणतीही जाणीव नव्हती. हातातील उदक सोडून दिलेले दान माघारीही घेता नसते. आपल्या पित्याला आपल्या वियोगामुळे दुःख होत असल्याचे नचिकेतला जाणवले. आपण वडिलांची सर्वात प्रिय वस्तू असल्याचा त्याला अभिमानही वाटला.

पित्याने किती समजावले, विनवले तरी नचिकेतने यमाकडे जाण्याचा हट्ट धरला. स्वतःच यमाकडे जाण्यासाठी निघाला. पण त्यालाही नेमका मार्ग माहीत नव्हता. मात्र, मृत्यूची देवता असलेला यम हा सर्वात अधिक काळ स्मशानाच्या आसपास असणार, एवढे ज्ञान तर त्यालाही होते. अशाच बालसुलभ बुद्धीने मानवी जीवनातील सर्वात अवघड असा मार्ग शोधला. दीर्घप्रवास करत तो प्रत्यक्ष यमनगरीच्या द्वारापाशी पोहोचला. पित्याची आज्ञा पाळल्याचे समाधान झाले. असे असले तरी त्यावेळी यम बाहेर गेलेला असल्याने त्याची भेट झाली नाही. जिवंत माणसाला आत घेण्यास द्वारपालांनी नकार दिला. नचिकेत तिथेच पायऱ्यावर बसून राहिला. एक दिवस झाला, दोन, तीन दिवस उलटले. न खाता न पिता तो केवळ यमाची वाट पाहत राहिला. चौथ्या दिवशी यम आला, त्याला आपल्या नगरीच्या पायऱ्यावरच एक ब्राह्मण बालक पडलेला

दिसला. त्यांने त्याची चौकशी केली असता तो तीन दिवस उपाशी असल्याचे लक्षात आले. त्याचा क्रोध अनावर झाला. अतिथी, त्यातही ब्रह्म जाणणारा असा ब्राह्मण व त्यावरही कडी म्हणजे ज्यांना आपली भूक कधीही आवरत नाही असे बालक आपल्या दरवाज्यामध्ये उपाशी राहिले - ते सलग तीन दिवस, याची बोच त्याला लागून राहिली. वडिलांच्या शब्दाखातर इतक्या दूरवरचा खडतर प्रवास करून आलेल्या बालकाला पाहून यम प्रसन्न झाला. त्याचे विचार, त्याची तत्त्वनिष्ठा यामुळे तो प्रभावित झाला. आपल्याकडून नकळत झालेल्या अन्यायाचे परिमार्जन म्हणून त्याने नचिकेतला तीन वर मागायला सांगितले. या तीन वरामध्ये त्याने मृत्यूच्या देवतेकडून मृत्यूचे गुह्य जाणून घेतल्याचे सांगितले जाते. तिथून पृथ्वीवर परत येताना प्रत्यक्ष यमाने दिलेला अग्नी घेऊन नचिकेत पितृगृही आल्याचे सांगितले जाते.

ब्राह्मणाने आपली नचिकेतची गोष्ट संपवत गोतमीकडे पाहिले. गोतमीच्या चेहऱ्यावर उत्सुकतेसोबतच प्रश्नचिन्हही दिसून आले. तिने विचारले, "मृत्यूचे गुह्य जाणणारा नचिकेत आता मला नक्की कोठे भेटेल?"

"आपल्या पित्याकडे परत आल्याचे मला माहीत आहे. त्याचे पिताजी गौतमाच्या कुळातील असल्याबाबत आज सर्वांना माहीत असले तरी नेमके कोण याबाबत अनेक शंका उपस्थित केल्या जातात. त्याला आरुणी या नावानेही एकदा उल्लेखलेले असल्याने धौम्य ऋषीचा शिष्य आरुणी म्हणजेच तो असावा. या आरुणीने आपल्या गुरूच्या आज्ञेनुसार शेताच्या बांधातील पाणी रोखण्यासाठी आपल्या देहाचा बांध घातला होता. या आरुणीच्या आश्रमाचा शोध तू घेतलास तर कदाचित नचिकेतचाही शोध तुला लागेल, असा माझा कयास आहे." वृद्ध ब्राह्मणाने मार्ग दाखवण्याचा प्रयत्न केला.

"पण महाराज, दरम्यानच्या काळात इतकी वर्षे उलटून गेली आहेत. त्याचे काय?"

"मुली, काळाच्या सीमा सर्वसामान्यांना बांधतात. ज्यांनी अलीकडच्या जगामध्ये सातत्याने येणाऱ्या आणि मृत्यूच्या पलीकडच्या जगामध्ये प्रत्यक्ष राज्य करणाऱ्या यमाशी वाद करून मृत्यूचे गुह्य जाणून घेतले, त्यांच्याविषयी बोलत आहोत आपण."

"नचिकेतने त्याचे पिता गौतमाचा त्याच्याविषयी राग कमी करण्याबरोबरच, यमापासून पित्यापाशी पोहोचल्यानंतर मला ओळखून प्रत्यक्ष बोलतील, असाच पहिला वर मागितला होता. म्हणजेच तो परत आपल्या पित्याच्या आश्रमामध्ये परत येण्याविषयी त्याचा दृढ निश्चय असल्याचे दिसून येते."

ब्राह्मणाने पुन्हा तेच पुराण लावले. गोतमीच्या मनात दुसराच विचार सुरू होता. ज्याने आपल्याला मरण न झालेल्या घरातून मोहरी आणण्यास पाठवले तोही पूर्वाश्रमीचा

गौतमच आणि आपले नाव आज अपभ्रंशाने 'गोतमी' झाले असले तरी मुळचे 'गौतमी'च आणि आपण ज्याचा शोध घेऊ पाहतोय, तोही गौतम कुळातील नचिकेत. आपण कुळाने एक असण्याची शक्यता फार कमी असली तरी नावाने एक असण्यामध्ये निव्वळ योगायोग नक्कीच नसावा. त्यामागे काही तरी गुढ असावे, असे तिला उगीच वाटू लागले. हा प्रश्न ब्राह्मणाला विचारावा की नाही, याबाबत तिच्या मनात द्वंद्व निर्माण झाले. एकंदरीत त्याच्या स्वभावानुसार तो आणखी फाटे फोडण्याची शक्यता तिला जाणवू लागली.

त्याच बरोबर नचिकेतचा शोध कसा घ्यायचा, याविषयी विचार सुरू झाला. तिकडे ब्राह्मणही हाच विचार करत असावा. कारण तो स्वतःशी पुटपुटत होता.

यमाने नचिकेतला साधन अग्नीही दिला होता. तो अग्नी घेऊन तो पृथ्वीवर आला. म्हणजे ज्या ठिकाणी अग्नी असेल, त्याच्या आसपास नचिकेत असला पाहिजे. अग्नी आणि नचिकेत हे दोन्ही अभिन्न होऊन गेले आहेत.

ब्राह्मण प्रगटपणे फक्त इतकेच म्हणाला, "मुली, नित्य पेटलेल्या अग्नीच्या ठायी नचिकेत असण्याची, भेटण्याची शक्यता आहे."

गोतमीच्या मनामध्ये नित्य पेटणाऱ्या अग्नीच्या स्थानाविषयी विचार सुरू झाला. ती सगळ्या कड्या जोडू लागली.

'यज्ञ', 'अग्नी', 'दान', 'मृत्यू', 'यम' या सर्वांना जोडणारे ठिकाण कोणते?

अग्नी तसा प्रत्येक ठिकाणी वास करतो. वाळलेल्या झाडांमध्ये, सजीवाच्या पोटामध्ये, अगदी समुद्रामध्येही अग्नी वसलेला असतो. या साऱ्या अदृश्य असलेल्या अग्नीची जाणीव सर्व प्राण्यांना होत असते. जंगलामध्ये अनियंत्रित स्वरूपामध्ये पसरलेल्या वणव्यामध्ये अनेक जीव नाहक मरत असताना, तो प्रचंड निष्ठुर असतो. स्वयंपाकासाठी चुलीमध्ये पेटून तोच अन्नाची निर्मिती करतो. एखाद्या आश्रमामध्ये यज्ञ, अग्नी, दान एकत्र मिळतील, पण तिथे सदोदीत मृत्यू किंवा यमाचा वास असणार नाही. म्हणजे नचिकेत आश्रमामध्ये नसावा. तिच्या मनामध्ये एकदम विचार चमकून गेला- स्मशान!

ही एकमेव जागा आहे, तिथे या सर्व घटकांचे अस्तित्व कायम असते.

तिने त्वरित आपल्या मुलाला उचलले आणि सरळ स्मशानाकडे चालू लागली. गावाबाहेर असलेल्या स्मशानामध्ये सतत अग्नी जळत असे. तिने स्मशानामध्ये पाय ठेवला. तिथे एकाच वेळी अनेक चिता पेटलेल्या होत्या. त्यातून उठलेल्या ज्वाला आणि धुराने सारा आसमंत भरून गेला होता. प्रेत जळत असताना उग्र वास तिथे

पसरलेला होता. मात्र, गोतमीला कशाचीही तमा नव्हती की भीती वाटत नव्हती. तिच्या डोक्यामध्ये केवळ आपला मुलगा आणि त्याला परत आणायचे एवढेच चक्र सुरू होते. समोर पेटलेल्या चार चितांपासून उठलेल्या अग्नीच्या ज्वाला भिन्न भासत होत्या. त्या

खाली जरी वेगवेगळ्या चितांपासून निघालेल्या असल्या तरी एका विशिष्ठ उंचीपर्यंत गेल्यानंतर एक होताना दिसत होत्या. सर्व ज्वाला आकाशातील त्या बिंदूपासून खाली चितेपर्यंत उलट्या पोहोचल्यासारखा उगीचच भास होत होता. सामान्यतः ज्वाला किंवा अग्नी खालून वर जातो. त्यामुळे त्याला स्वर्गापर्यंतचा किंवा देवतांपर्यंत पोहोचण्याचा मार्ग मानला जातो.

इथल्या विपरीत स्थितीमध्ये गोतमीला आणखी एक बाब स्पष्टपणे जाणवली. ती त्या दिशेने हळूहळू चालत गेली. चार चितांच्या मध्यभागी उभी राहिली. तिथून वर आकाशाकडे पाहिले असता अग्नींचा कलश असलेला मंदिराचा एक गाभारा तयार झालेला दिसला. तिथे एक तेजपुंज तरुण बसलेला दिसला. हाच नचिकेत असावा, तिने तात्काळ त्याला ओळखले. हजारो जन्मांची नाळ जुळल्याप्रमाणे ओळख पटली.

तिने नमस्कार केला. तिने त्याची स्तुती केली. स्तुती करताना ब्राह्मणाने सांगितलेल्या गोष्टीचा तिला मोठा फायदा झाला. तिने मनातल्या मनात त्या ब्राह्मणाचे आभार मानले. हळूहळू नचिकेतसमोर आपल्या येण्याचे प्रयोजन उघड केले.

"महात्मन, आपण प्रत्यक्ष मृत्यूच्या देवतेला, यमाला भेटून त्यांच्याकडून गुह्य ज्ञान मिळवलेले आहे. तुम्ही स्वतः यमाचा शोध घेत यमनगरी गाठली होती, म्हणजे तुम्हाला त्याच्यापर्यंत जाण्याचा मार्ग माहीत आहे. वास्तविक सामान्य माणसाला प्रत्यक्ष यमदूत घेऊन जातानाही त्या मार्गाचे नीट आकलन होत नाही असे म्हटले जाते. माझ्या मुलाच्या मृत्यूला फार काळ झालेला नाही, त्यामुळे तो या मार्गावरच कोठेतरी असेल. त्याला गाठून हरेक प्रयत्नांनी माघारी आणण्याचा माझा मानस आहे. आपण मला त्यामध्ये साथ द्याल, अशी आशा वाटते."

"हे स्त्रिये, तू मलाही मातृस्वरूप आहेस. मातेचे हृदय आपल्या मुलाविषयी कोमल असते, तसेच ते तुझे आहे. कोणतीही माता आपल्या मुलाला वाचवण्यासाठी कळीकाळाशी झुंज देते, तशीच विविध प्रसंगांशी झुंज देत तू येथेपर्यंत आल्याचे मला जाणवते आहे. प्रथम तूज नमन!"

त्याने तिच्याकडे पाहून हात जोडले. तिने पुनश्च हात जोडून नमस्कार केला. दोघांनाही एकमेकांची महानता कळली. सामान्यतः ज्ञानी आणि त्याच्याकडून ज्ञान घेणारा यांच्या पातळीमध्ये आपोआप एक श्रेष्ठ-कनिष्ठ असा भेद येत असतो. तो येथे कमी झाला. ती जरी त्याच्याकडे मृत्यूपर्यंत जाण्याचा मार्ग विचारण्यासाठी आली असली तरी तिने आजवर केलेल्या प्रयत्नांमुळे मोठी अनुभवांची शिदोरी जमा झाली होती. एका पारड्यामध्ये प्रत्यक्ष यमाकडून मिळालेले ज्ञान, तर दुसऱ्या पारड्यांमध्ये ही अनुभवाची

शिदोरी असा समतोल साधला गेल्याचे दोघांनाही जाणवले. हा समतोल साधला न गेल्यास विचारांचा प्रवाह हा केवळ एकाच दिशेने वाहत राहतो.

"माते, प्रत्यक्ष यमाच्या शोधामध्ये मी गेलो, त्यावेळी बालक होतो. माझ्या घरच्या ज्ञानपूर्ण वातावरणामुळे अन्य बालकांपेक्षाही हुशार आणि अधिक ज्ञानमार्गी होतो एवढेच. पण मी बालक आणि बालबुद्धीचाच होतो. हे मला आज जाणवते आहे. एखाद्या बालकाला जितके चातुर्य दाखवणे शक्य होते, तितके मी नक्कीच दाखवले. मी यमाला मागितलेल्या पहिल्या वरामध्ये याचा अनुभव अनेकांना येतो. मी पृथ्वीवर माझ्या पित्याकडे परत गेल्यानंतर ते मला राग, क्रोधविरहित अवस्थेमध्ये मला ओळखतील, असा अत्यंत चातुर्यपूर्ण वर मागितला होता. एकाच वरामध्ये मी यमनगरीतून पुन्हा पृथ्वीवर जाणे, माझ्या पित्याचा क्रोध शमलेला असणे आणि त्यांनी मला ओळखून आपलेसे करणे अशा तीन गोष्टींचा समावेश होता. एखाद्या बालकाच्या बुद्धीचा तो परमोच्च बिंदू होता किंवा असावा यात शंका नाही.

यमानेही क्षणाचा विचार न करता त्याला तथास्तु म्हटले. त्याला खरेतर हायसे वाटले असणार, इतका सामान्य वर होता तो. मात्र, मी हा वर वाया घालवलेला होता, याची जाणीव नंतर सातत्याने होत राहिली."

"नाही महाराज, तो वर जर तुम्ही मागितला नसता तर पुढील दोन प्रश्नांतून तुम्ही मिळवलेले गुह्य ज्ञान पृथ्वीपर्यंत कधी पोहोचलेच नसते. आज तुमच्या अंतःकरणामध्ये दडलेले असले तरी सर्वसामान्य माणसांपर्यंत ते कधी ना कधी पोहोचेल आणि त्यातून अनेकांचा उद्धार होईल, यात शंका नाही. तुम्ही पृथ्वीवर परत येण्याविषयीचा वर मागितला नसता तर कदाचित आपण भेटलोच नसतो. आजवर प्रत्यक्ष यमनगरीचा अनुभव घेतलेली एकही व्यक्ती पुनश्च भूतलावर परतलेली नाही. केवळ तेथपर्यंत जाऊन परत येणेही कोणाला जमलेले नाही. बरे, तुम्ही केवळ जाऊन आलात, असेही नाही. तेथून महाभयंकर अशा प्रत्यक्ष मृत्यूच्या देवतेकडून गुह्य ज्ञान घेऊन आलात. तुमचे हे मानवजातीसाठी अत्यंत मोलाचे काम आहे."

"तू माझी स्तुती करतेस म्हणून मला काहीसे चांगले वाटत असले तरी एकूणच ज्ञानाचा विचार करता माझी ती चूकच होती."

"नाही महाराज, ज्या वेळी तुम्ही यमापाशी गेला होतात, त्या वयाचा विचार करता ती अत्यंत सहज सामान्य गोष्ट आहे. लहान बालकाच्या दृष्टीने त्याचे माता-पिता हेच दोघे सर्वात महत्त्वाचे असतात. माता-पित्यांच्या क्रोधाचे निराकरण करण्यासाठी बालक किती आटापिटा करतात? हे मला माहीत आहे. तुम्हीही वडिलांच्या क्रोधाचे शमन

करण्याविषयी विचार करावात, यात विशेष काही नाही."

"तू म्हणतेस ते काही अंशी खरे असले तरी या वरामध्ये एक गडबड झाली. मी केवळ माझ्या वडिलांचा माझ्याविषयी क्रोध कमी व्हावा, असे म्हटले होते. त्या वरदानानुसार मी परत आल्यानंतर माझ्या वडिलांनी माझा स्वीकार पूर्वीच्याच सहृदयतेने केला असला तरी माझ्या मनामध्ये आपल्या वडिलांनी आपल्याला प्रत्यक्ष मृत्यूकडे पाठवले होते, याबद्दलचा राग कळत-नकळत निर्माण झाला. याचा मी कधीही विचारच केला नव्हता. त्यांनी माझ्या स्वीकार केला असला तरी मी मात्र त्यांचा तितक्याच बालसुलभपणे स्वीकार करू शकलो नाही. ज्या ज्यावेळी माझे वडील, ते माझे गुरूही होते, मला ज्ञान देण्याचा प्रयत्न करत त्या त्या वेळी त्यांचा तो क्रोधायमान चेहरा माझ्या डोळ्यांसमोर येई. माझे चित्त विचलित होई.

"सामान्यपणे पृथ्वीवर जगण्यासाठी आवश्यक ते ज्ञान त्यांच्याकडून घेण्यामध्ये मला खूप अडचणी आल्या. त्यामुळे खऱ्या अर्थाने जगण्याचे ज्ञान मला मिळालेच नाही. आज जर मला हाच वर मागायचा असेल, तर तो मी 'पृथ्वीवर परत जाताच आम्हा पिता-पुत्रातील क्रोधाचा अडसर दूर राहून तितक्याच सहृदयतेने एकमेकांचा स्वीकार करू' असा काहीसा मागितला असता. मात्र, प्रत्यक्ष मृत्यूची देवता ज्ञान देण्यासाठी समोर प्रसन्न चित्ताने उभी होती. मृत्यू आणि त्याचे खरे स्वरूप जाणून घेण्याची ती मोठी संधी मी वाया घालवली, याविषयी आज माझ्या मनात शंका नाही. त्याच प्रमाणे दुसरा प्रश्नही स्वर्गाच्या साधनभूत अग्नीला जाणून घेण्यामध्ये खर्ची पडला. स्वर्गाप्रत जाण्याची आकांक्षा कोणत्याही सामान्य माणसांप्रमाणे माझ्यातही वास करत होती, त्याचेच ते फलित."

"महाराज, तोच अग्नी आज तुमच्या नावाने म्हणजेच 'नचिकेताग्नी' या नावाने ओळखला जात आहे. पूर्वी अनियंत्रित स्वरूपामध्ये सर्व प्राणिमात्र, त्यांचे अन्न असलेली जंगलेच्या जंगले गिळंकृत करणाऱ्या अग्नीला तुमच्यामुळेच वश करता आले. प्रत्यक्ष यमाकडून आपण अग्नीला बांधण्यासाठी योग्य अशा विटांची व संबंधित यज्ञकर्मांची माहिती मिळवलीत. म्हणूनच अग्नी मानवाच्या कह्यात आला. अग्नीच्या साह्याने मानवाने स्वतःचा अन्य प्राण्यांपासून बचाव केला, त्याच्या खाद्याची सोय झाली. अग्नीमुळे प्रगतीच्या कितीतरी दिशा खुल्या झाल्या."

नचिकेत किंचित खिन्नतेने हसला आणि म्हणाला, "स्वर्गाप्रत जाण्यासाठी अग्नी हे साधन आहे. त्याविषयी, त्याला अंकित करण्याविषयीचे ज्ञान मिळाले, हे खरे. पण मानवाला स्वर्गाप्रत जाण्यासाठी अग्नी कितपत साह्यभूत होईल याविषयी शंकाच

आहे. सामान्यपणे कोणालाही मृत्यूने कवटाळल्यानंतरच अग्नीच्या स्वाधीन केले जाते. म्हणजेच त्या माणसांचे मार्गक्रमण आधीच मृत्यूनगरीकडे सुरू झालेले असते. तो मध्यावर कोठेतरी असताना, मृत्यूनंतर काही तासांनी किंवा अनेक वेळा एखाद्या दिवसाने त्याच्या शरीराला अग्नी दिला जातो. त्यामुळे अग्नीच्या साह्याने स्वर्ग प्राप्त होत नाही, हे मला मिळालेल्या ज्ञानाने स्पष्ट झाले आहे. त्याने केवळ शिल्लक राहिलेले शरीर नष्ट केले जाते. अनेक लोकांमध्ये हेच शरीर मातीच्या स्वाधीन केले जाते. काही लोकांमध्ये उर्वरित शरीराकडे केवळ मांस आणि अन्य पशूपक्ष्यांचे अन्न मानले जाते. ते अन्न त्यांच्याप्रत पोहोचवण्याचे विधी केले जातात.

"थोडक्यात, मी अग्नीला जाणले म्हणजे मृत्यूपश्चात शरीराची विल्हेवाट लावण्याचे तंत्र जाणले की काय, अशीच आता माझी मला शंका येत आहे. त्यामुळे तू म्हणतेस, तेवढे महान कार्य भौतिक पातळीवर जरी सिद्ध झाले असले तरी आधिभौतिक पातळीवर त्याला फारसे महत्त्व मी स्वतःच देणार नाही. म्हणून हा वरही अनावश्यक खर्ची पडल्याची भावना माझ्या मनामध्ये वास करून आहे."

"पण महाराज, तुम्ही तिसऱ्या प्रश्नातून मृत्यूविषयी ज्ञान मिळवल्याचे त्या वयोवृद्ध ब्राह्मणाने मला सांगितले आहे. आपण ते मला द्यावे म्हणजे माझ्या मुलापाशी जाण्याचा माझा मार्ग त्वरित खुला होईल."

"हो, हे खरे आहे. माझा केवळ तिसरा प्रश्न प्रत्यक्ष मृत्यूदेवतेला विचारण्यायोग्य होता. कारण आधीच्या दोन्ही प्रश्नांना उत्तरे देताना यमदेवाने अजिबात खळखळ केली नाही. या प्रश्नाचे उत्तर देण्याचे टाळण्यासाठी त्याने मला अनेक आमिषे दाखवली. अगदी हवे तितके पुत्रपौत्र, हत्ती, घोडे, सार्वभौम राज्य, स्वर्गातही अप्राप्य असणाऱ्या सुंदर स्त्रिया आणि या साऱ्याचा भोग घेण्यासाठी हवे तितके आयुष्य यांची लालूच दाखवली. पण मी मात्र त्याच्या या आमिषाला बधलो नाही. त्याचे ते सर्व ऐश्वर्य त्याच्यापाशीच ठेवण्याची विनंती करत, ज्याची केवळ आस्ती-नास्ती म्हणजेच तो आहे, तो नाही या पातळीवर चर्चा चालत राहते, अशा सांपराय ज्ञानाची म्हणजेच मरणोत्तर गतीच्या ब्रह्मज्ञानाची मागणी मी दृढपूर्वक केली.

येयं प्रेते विचिकित्सा मनुष्ये अस्तीत्येके, नायमस्तीति चैके
एतद् विद्यां अनुशिष्टस् त्वयाहं वराणामेष वरसं तृतीयः।।

हाच तो तिसरा वर. या वराच्या मागणीबद्दल मला स्वतःचा अभिमान वाटतो. एखाद्या प्राण्याचा किंवा माणसाचा मृत्यू होतो म्हणजे काय?

तो असतो आणि नसतो, या दोन्ही क्षणांच्या दरम्यान काय होते?

आजवर इकडे-तिकडे अन्न, पाणी प्राप्तीसह मिलन, पुनरुत्पादनासाठी धावपळ करणारे शरीर आपल्यासमोरच पडलेले असते. त्यातील प्रत्येक अवयव जागच्या जागी असूनही ते मृत असल्याचे मानले जाते. कारण शरीर चालवणारा कोणताही एक घटक त्यातून लुप्त झालेला असतो. अगदी चांडाळाच्या मदतीने सर्व शरीर उलगडून पाहिले तरी त्यातील कोणता घटक नाहीसा झाला आहे, हे कळू शकत नाही. तो दिसत नाही, तो ऐकू येत नाही, स्पर्शाने जाणता येत नाही. म्हणजेच शरीराच्या सामान्य संवेदनाना तो अजिबात जाणवत नाही. अन्य सर्व ज्ञान तर्काने प्राप्त होऊ शकते, केवळ मृत्यूपरांत ज्ञानासाठी तर्क उपयुक्त ठरत नाही. तर्काच्या वेगाला अनुभवांचे कुंपण पडलेले असते. नित्य असलेल्या गोष्टीचे ज्ञान अनित्याकडून होऊ शकत नाही. येथे केवळ यमासारख्या नित्य आणि सत्यधृती गुरूचीच आवश्यकता असते. म्हणून केवळ हाच एक प्रश्न यमाला विचारण्यायोग्य होता.

या प्रश्नाचे उत्तर देताना प्रत्यक्ष यमालाही शब्द कमी पडू लागले.

शब्द हे अक्षरांपासून बनत असले तरी ते स्वतः अक्षर नाहीत. त्यांचे अर्थ बोलणाऱ्या, ऐकणाऱ्या लोकांच्या जाणिवेनुसार आणि ज्या भाषेमध्ये व्यक्त केले जातात, त्याच्या परिघानुसार बदलत जातात. त्या वर्षागणिक, अनुभवानुसार बदल होत जातो. किंवा असेही असेल की माझ्यासारख्या बालकाला समजून देण्याएवढे सोपे, साधे शब्द त्याच्या भात्यामध्ये नसतील. अत्यंत ज्ञानी माणसाला अनेकवेळा बुद्धीच्या इतक्या सुरुवातीच्या पातळीवर पोहोचणे शक्य होत नाही. आठ दहा वर्षाच्या बालकाला समजावून सांगण्यासाठी वेगळेच ज्ञान आणि हातोटी लागते, ती कदाचित मृत्यूचे अगम्य ज्ञान भांडार सांभाळणाऱ्या त्या देवतेकडेही नसावी.

समोरच्या श्रोत्यांची कुवत किती आहे, याचा अंदाज अनेकवेळा लागत नाही. बोलणारा बोलत जातो, ऐकणाऱ्यासाठी ते अत्यंत किरकोळ किंवा एकदमच उच्चप्रतिचे राहत असल्याचा अनुभव अनेकवेळा येतो. या दोन्ही स्थितीमध्ये बोलणाऱ्याचे ज्ञान फुका जाते. यासाठी ज्ञान देणारा आणि घेणारा हा जाणिवेच्या एकाच पातळीवर असल्यास तादात्मता वाढून ज्ञानाचा प्रवाह सुरळीत होतो. आमच्या दोघांमध्ये असलेला फरक आमच्या दोघांच्याही लक्षात त्यावेळी आला नाही. तरी बरे, मी एकपाठी असल्याने त्याने सांगितलेले सर्व ज्ञान शब्दशः ग्रहण केले. अर्थाविना मजजवळ साठवून ठेवले. पण यमाने दिलेल्या ज्ञानाचा अर्थ लावण्यामध्ये भूतलावर आल्यानंतरचे आजवरचे सर्व आयुष्य खर्ची पडले. आजही मी त्याचा अर्थ संपूर्णपणे लागला आहे, असे म्हणण्याचे धाडस माझ्यामध्ये नाही. त्यामुळे पहिल्या दोन वरांमध्ये यमाकडून मिळणारे ज्ञान

स्वीकारण्याइतकी योग्यता मागण्याची आवश्यकता होती, असे आज मला राहून राहून वाटते."

नचिकेतच्या स्वरामध्ये हताशा स्पष्टपणे डोकावत होती.

वास्तविक गोतमी यमनगरीचा मार्ग जाणण्यासाठी प्रचंड आतूर झालेली होती. ती म्हणाली, "महाराज आपण ज्ञानी आहात, आपण जाणलेला मार्ग मला सांगितलात, तर त्याचा मला उपयोग होईल. माझा बाळ मला कोणत्याही स्थितीमध्ये परत आणायचा आहे. त्याचे संपूर्ण आयुष्य सुफल झाल्याचे पाहिल्याशिवाय मला गती मिळणार नाही."

"आपण ज्याला गती म्हणतो, ती खरोखरच गती आहे का, याचाही विचार केला पाहिजे. शरीराचा रथ, इंद्रियांचे घोडे आणि बुद्धीला सारथी बनवून हा मार्ग पार करणे वाटते तितके सोपे नाही. आजूबाजूचे विषयांचे कुरण प्रत्येक इंद्रियरूपी घोड्याला सतत विचलित करत असते. प्रत्येक घोड्याचे तोंड भिन्न दिशेला असताना एकाच निश्चित दिशेने प्रवास करणे शक्य होत नाही. त्यातही इंद्रियाचे मुख नेहमीच बाह्य दिशेला असते. आणि प्रवासाची दिशा आतमध्ये वळवल्याशिवाय खऱ्या ब्रह्माची, त्याला आत्म्यासह अनेक नावे दिली गेली आहेत, प्राप्ती होऊ शकत नाही. हा आत्मा इंद्रिये आणि मन याने युक्त असताना भोक्ता असतो.

"पृथ्वीवर उत्तम जीवन जगण्यासाठी भोक्ता असणे चांगलेच. त्यातून जीवनामध्ये आनंदाची प्राप्ती होते. मात्र, आनंद मिळतो म्हणून श्रेयस आणि प्रेयस कर्माचा विसर पडून चालत नाही. आनंदाच्या प्राप्तीसाठी केवळ प्रेयस कर्माकडे ओढा वाढू शकतो. त्यामुळेच बुद्धीपेक्षाही विवेकाचा सारथी असणे आवश्यक आहे. विवेकाच्या हाती मनाचा लगाम ताणून धरून योग्य वेळी इंद्रियांना नियंत्रित करण्याची क्षमता असते. अशाच माणसाला त्या प्रदेशापर्यंत जाता येते."

"म्हणून तर महाराज मी आपल्यापाशी आले आहे."

"नाही, तू समजण्यात गोंधळ करते आहेत. या प्रवासासाठी तू माझ्याकडे आलेली नाहीस. हा प्रवास केवळ स्वतःचा स्वतःसाठी असू शकतो. तू राग मानू नकोस, पण तू आपल्या मुलाच्या सध्या सुरू असलेल्या एका प्रवासामध्ये अडथळा निर्माण करण्यासाठी आलेली आहेस. त्याचा एक निश्चित प्रवास सुरू झालेला आहे. तो केवळ तुझ्या इच्छेखातर माघारी वळवण्याचा तुझा विचार आहे. माता म्हणून तुझी इच्छा चुकीची आहे, असे कोणी म्हणू शकणार नाही. पण तू त्याच्या, त्या तुझ्या हाती व आता प्रेतस्वरूप झालेल्या शरीराची माता आहेत. तुझे मातृत्व केवळ शरीरापुरते आहे. त्यातील जे ब्रह्मस्वरूप आहे, त्याची निर्मिती तुलाच काय पण कोणत्याही मनुष्याला शक्य नाही.

जी तुझी निर्मितीच नाही, त्यावर तू हक्क सांगू पाहते आहेस. माझ्या रक्तामांसाने मी त्याला नऊ महिने वाढवले याचा 'अहं' तुझ्या अट्टाहासामध्ये अगदी तू न बोलताही कळत-नकळत डोकावतोय. मात्र, मला त्याचा राग येत नाही....”

“कारण तुझ्यासारखी माता मला मिळायला हवी होती, असे राहून राहून वाटते आहे. पिता क्रोधित झाला आणि त्याने मला यमाला दान देऊन टाकले. मीही त्याचा शोध घेत निघालो. त्यावेळी माझी माता काय करत होती? यज्ञांचे यजमानपद मिरवण्यात, उपस्थित ब्राह्मणांच्या भोजनाचा प्रबंध करण्यात गुंतलेली होती. तिला माझ्या वडिलांना सर्वांसमोर काही सुनावता आले नाही. पित्याच्या विश्वजीत यज्ञांच्या पूर्तीसाठी अनेक गायींसोबत मीही दानामध्ये दिला गेलो, हे तिला कळाले तरी ती स्वतःला पतिव्रतेच्या कोषातून बाहेर काढून शकली नाही. त्यात तिने आपल्या मातृत्वाचा बळी दिला. त्या तुलनेमध्ये तू स्वतःच्या सासूशी, समाजाशी दोन हात करत इथपर्यंत आलीस, तुझे धैर्य वाखाणण्याजोगे आहे.”

“महाराज, मी काही स्पष्ट बोलले तर तुम्हीही राग मानू नका. तुमच्यासारख्या ज्ञानवंताच्या मनामध्येही आमच्यासारख्या सामान्य माणसांप्रमाणेच क्रोध, खंत भरून राहिलेला दिसतो.”

“तू म्हणते ते खरे आहे. मृत्यूपरांत सांपराय ज्ञान म्हणजेच मरणोत्तर गतीचे ब्रह्मज्ञान मिळवलेला ही माझी प्रतिमा बनलेली आहे. मी आणि माझी प्रतिमा हे दोन्ही भिन्न असू शकतात. त्यासाठी मी किंवा कोणतीही व्यक्ती म्हणजे कोण हे जाणले पाहिजे. सामान्यपणे मी हा मी आहे, याची भावना माणसाला अन्य प्राण्यापेक्षा वेगळी करते. मी आणि माझी प्रतिमा हे भिन्न आहेत, हे केवळ माणसालाच कळू शकते. चिमणी ज्याप्रमाणे काचेवर बसून कायम आतल्या प्रतिमेला अन्य चिमणी असे समजून चोचीने टोच्या मारत राहते, त्याप्रमाणेच आपणही अनेक वेळा स्वतःच्या प्रतिमेवर टोच्या मारत राहतो. आणि सर्वात महत्त्वाची बाब म्हणजे ते अनेकवेळा आपल्या लक्षातही येत नाही.

मी म्हणजे कोण? माझे शरीर कोठून आले? हे माता-पित्यांनी आपल्या पूर्वजांकडून मिळालेल्या वारशाने संपन्न होते. त्याला परिसरातील मिळणाऱ्या अन्न, पाण्याच्या खुराकाने ताकदवान बनते. कष्टाने किंवा व्यायामाने त्याला आणखी बळकटी येते.

प्रतिमा ही अनेक गोष्टीतून तयार होते. त्यात माझे स्वतःचे, इतर जिवलग व्यक्तींचे समज-गैरसमज, अन्य समाजाचे माझ्याविषयाचे विचार यातून हे प्रतिमेचे वस्त्र विणले जाते. त्यात माझ्या कर्तृत्वाचा वाटा असलाच तर अत्यंत कमी असतो. माझ्या म्हणण्यानुसार माझी प्रतिमा ठरत नाही किंवा माझ्या माता-पित्यांनी मला कितीही ज्ञानी,

पंडित अथवा महारथी मानले तरी समाज ते मानतो का? हा प्रश्न उरतोच. त्यातही परीक्षेची वेळ येत नाही, तोपर्यंत कदाचित ज्ञानी, पंडीत, महारथी म्हणून खपून जालही, पण परीक्षेवेळी, युद्धावेळी मी-मी म्हणत गगनभेदी गर्जना करणारेही उघडे पडलेले दिसतात. त्यामुळे माझ्या प्रतिमेला तुम्ही भुलले असाल, पण मी भूलत नाही. माझ्या कक्षा, मर्यादा मला नक्कीच माहीत आहेत. मी स्वतःला माझ्या ज्या काही प्रतिमा बनलेल्या आहेत, त्या टाळून मूळ स्वरूपामध्ये पाहू शकतो. ज्याला आपल्या मर्यादा माहीत असतात, तोच ज्ञानीही असतो. पण मी कितीही ज्ञानी असलो तरी माझे काळवंडलेले पाय मी विसरू शकत नाही."

आता गोतमीचे लक्ष प्रथमच नचिकेतच्या पायाकडे गेले होते. संपूर्ण शरीर तेजपुंज असलेल्या त्या तरुणाचे पाय भाजून संपूर्ण त्वचा छिन्न-विछिन्न झालेले, काळे-निळे पडलेले दिसले. पायावर कोणीतरी आम्ल टाकल्याप्रमाणे दिसले. त्याकडे पाहताच तिच्या हृदयाच्या आतपर्यंत खड्डा पडला. घशाला शोष पडला. तिलाच भाजल्याप्रमाणे प्रचंड वेदना मेंदूपर्यंत जाऊन भिडली.

तिच्या तोंडून तिच्याही नकळत शब्द बाहेर पडले.

"महाराज, हे काय झाले तुमच्या पायांना?"

"ब्राह्मण अतिथी, त्यातही माझ्यासारखा बालक आपल्यामुळे तीन दिवस उपाशी राहिला, म्हणून यमाकडून मला हे वर मिळाले. वर देण्याआधी केलेल्या आदरातिथ्यांमध्ये त्याने माझे पाय धुतले. त्यावेळी प्रत्यक्ष मृत्यूचा माझ्या शरीराला स्पर्श झाला. जेवढ्या भागाला त्याचा स्पर्श झाला होता, तो आम्लाने भाजल्याप्रमाणे सडू लागला. काळवंडून गेला. प्रत्यक्ष मृत्यूची देवता प्रसन्न झाल्याच्या आनंदामध्ये त्याक्षणाला काही कळले नसले तरी पृथ्वीवर परत येताच पायांच्या वेदनांनी माझे जगणे बेचिराख करून टाकले.

"मृत्यूचा स्पर्श प्रचंड भयंकर असतो, माते! मृत्यूच्या स्पर्शानंतरचे जगणे तर त्याहूनही महाभयंकर. त्यात मनाला गारवा मिळणारे स्थानही प्राप्त नाही. वरदानामध्ये मिळालेल्या या नाचिकेताग्नीने वेढलेल्या परिसरामध्ये राहावे लागते. वरदानाने मिळालेल्या ज्ञानांच्या अमृताच्या शिडकाव्याने जीव जरासा शांत होत असला तरी एकूणच लाही लाही होणे काही थांबत नाही. आणि ही बाब ज्याच्यामुळे आपल्या पदरी आली आहे, त्या पित्याविषयी क्रोधाला पारावार राहत नाही. त्या क्रोधाच्या अग्नीमध्येही मी जळत आहे. चहूबाजूने अग्नी, मनामध्ये अग्नी अशी माझी स्थिती आहे."

गोतमीच्या मनामध्ये विचारांचा कल्लोळ उठला. आपल्या मुलालाही मृत्यूचा स्पर्श झालेला आहे. त्याचा प्रवास सुरू झालेला आहे. त्यातून त्याला केवळ आपल्या

हट्टापायी मागे आणणे योग्य ठरेल का? मागे आल्यानंतरही तो खरोखरच सुखी होईल? की या नचिकेतप्रमाणे जीवनभराच्या वेदना उराशी बाळगून त्याला जगावे लागेल. हे असे आनंदविरहीत जगण्याचे मोल ते काय?

अगदी तीन वर, तेही प्रत्यक्ष यमाकडून मिळालेले असतानाही पृथ्वीतलावर नचिकेतची ही अवस्था. आपण तर त्याला यमाच्या हातून हिसकावून आणण्याचा विचार करत आहोत.

तिसऱ्या वरावेळी सार्वभौम राज्यांसह सर्व भोग, हजारो वर्षे जगणारे पुत्र-पौत्र दिलेले असूनही नचिकेतने ते घ्यावयाचे टाळून प्रत्यक्ष ज्ञानाला प्राधान्य दिले होते. म्हणजेच केवळ भोग व आनंदपूर्ण आयुष्यापेक्षाही ज्ञानाचे महत्त्व तितक्या लहानपणीही त्याला जाणवले होते. आपण आपल्या मुलासाठी पुन्हा केवळ शरीर आणि आयुष्य मागत आहोत, हे योग्य आहे का?

त्या ऐवजी प्रत्यक्ष ज्ञानच का मागून घेऊ नये? गोतमीच्या मनामध्ये विचार चमकून गेला. तिच्या मनामध्ये उठलेले प्रश्नांचे वादळ हे तिच्या चेहऱ्यावर उमटले असावे.

ते ताडून नचिकेत म्हणाला, "माते, तुला केवळ तुझ्या मुलाला प्रत्यक्ष यमापासून माघारी आणायचे आहे. त्यासाठी आवश्यक त्या ज्ञानासाठी तुझी धावपळ चाललेली आहे. खरे ना?"

"मला आपल्याकडून माझ्या मुलासाठी मृत्यूला जिंकणारे ज्ञान हवे आहे. मी ते लपवणार नाही. मात्र, माझ्या मनामध्ये एक शंका सतत घोळत आहे. मी नुकतीच अमरत्व प्राप्त केलेल्या लोकांच्या विश्वाला भेट दिली. त्यांच्या विश्वामध्येच माझी आणि आपली भेट व्हावयास हवी होती. मात्र, सर्व ज्ञान असूनही आपण नचिकेत पृथ्वीवर कसे?"

"खरे आहे तुझे म्हणणे - मी अमर नाही. मला विमृत्यू मानतात. म्हणून मी इथे आहे."

"महाराज मला ते समजले नाही. विमृत्यू म्हणजे काय?"

"मृत्यूच्या छायेपासून दूर राहणे, हे अमरत्व होय. कदाचित याला रुढार्थाने किंवा तू म्हणतेस तसे मृत्यूला जिंकणे म्हणता येईल. मी मृत्यूला जिंकलेले नाही, तर जाणलेले आहे. त्या अर्थाने मी 'विमृत्यू' आहे. मृत्यू हा जीवनातील एक बिंदू आहे. केवळ मृत्यूलाच नाही, त्याआधीच्या शरीरात वास करणाऱ्या आत्म्याविषयीही मला यमदेवतेने सजग केले आहे. ज्याने स्वतःच्या आत्म्याला खऱ्या अर्थाने जाणलेले असते, त्याच्यासाठी मृत्यू ही काही विशेष बाब असत नाही. असो!

"पहिल्या प्रश्नांमुळे मी पृथ्वीवर परत येणार हे नक्कीच झालेले होते. मात्र, दुसऱ्या प्रश्नामुळे अग्नी तंत्र जाणून घेता आले. तेच मला येथे पृथ्वीवर बांधून ठेवत आहे. कारण कोणतेही मिळालेले ज्ञान केवळ स्वतःपुरते ठेवून चालत नाही. त्याचा प्रसार करावा लागतो.

"पृथ्वीवर पहिल्यांदा अग्नी तंत्र (ज्ञानाचा अग्नी असा अर्थानेही) आणण्याचे शिवधनुष्य मी पेलले आहे. मात्र, त्या यशासोबत एक जबाबदारीही माझ्यावर कळत-नकळत पडलेली आहे. हा ज्ञानाचा यज्ञ सातत्याने सुरू ठेवण्याची जबाबदारी. खरेतर हे ज्ञान वाटायचे आहे, त्यासाठी योग्य शिष्याचीच मी वाट पाहत आहे. उत्तम शिष्य मिळणे ही कोणत्याही गुरूसाठी जीवनाची इतिकर्तव्यता असते. मात्र, असे शिष्य मिळत नाहीत.

"योग्य शिष्य कोण, याविषयी निकषही यमदेवतेने ठरवून दिलेले आहेत.

"इथे केवळ जिज्ञासा आणि कुतुहल पुरेसे नाही. ते असणाऱ्यांची संख्या मोठी आहे. मात्र, अशा ज्ञानासाठी द्यावे लागणारे मोल देण्याइतपत क्षमता व इच्छा कितीजणांमध्ये आहे? हाही प्रश्नच असतो आजच्या विद्यार्थ्यांबाबत. त्यात अनेकांना मला सर्व ज्ञान सहज विनाकष्ट मिळाले पाहिजे, ही भावना बहुतेकांची असते. केवळ मृत्यूवर विजय मिळवण्याची मनिषा बाळगणारेही अनेक असतात. काहींजण स्वतःसाठी येतात. यामध्ये असुरीवृत्तीच्या लोकांचे प्रमाण सर्वाधिक आहे. अमरत्वाच्या शोधामध्ये असुर सातत्याने राहत आले आहेत. तुमचा मृत्यूविषयी जाणून घ्यावयाचा हेतू काय आहे, हेही महत्त्वाचे ठरते. स्वार्थ, स्वप्रेमातून केवळ असुरीवृत्ती उपजते. हे लोक मृत्यूवर विजय मिळवून, त्यातून पृथ्वीवर साम्राज्य उभारण्याचे भौतिक स्वप्न घेऊन माझ्यापर्यंत येतात.

"दुसरा हेतू ममता, प्रेम होय. तुझ्यासारखे काही त्यांच्या जिवलगांसाठी येतात.

"या जिवलगांचेही काही प्रकार आहेत. रक्ताच्या नात्याचे जिवलग. ज्याप्रमाणे माता, पिता, पूर्वज, पूर्वसुरी किंवा सहोदर, दूरच्या नात्यातील बहीण, भाऊ, आत्मज, पुत्र, पुत्री, पौत्र, प्रपौत्र आदी. उदाहरणार्थ, तू तुझ्या मुलासाठी आलीस. किंवा सामाजिक नात्यातून तयार झालेले जिवलग. ज्या प्रमाणे सहचर, पती, पत्नी, मित्र. उदाहरणार्थ, सावित्री आपल्या पतीसाठी - सत्यवानासाठी यमामागोमाग गेली. ही गोष्ट भारतवर्षातील प्रत्येक मुलीने, विवाहितेने नक्कीच ऐकलेली आहे. तूही ऐकली असशील.

मात्र अशा प्रकारची कोणतेही विकार, वासना, विलसिते मनामध्ये नसणारी व्यक्तीच या विद्येसाठी योग्य शिष्य ठरू शकते. अत्यंत निर्विकार मनाने येणाराच या विद्येच्या प्राप्तीसाठी योग्य शिष्य ठरू शकतो. मलाही यमाने हे ज्ञान देण्यामागे ते कारण असावे. त्यावेळी केवळ पित्याने रागाच्या भरामध्ये दानात देऊन टाकलेला निरागस बालक होतो

मी. माझ्या मनामध्ये कोणतीही आकांक्षा नव्हती. अगदी ज्ञान मिळवण्यासाठी केलेली धावपळही नव्हती. कोणत्याही भावना त्यात आल्या की हे ज्ञान देता येत नाही. अगदी यमालाही ते शक्य नाही.

"शरीराला जराजर्जरत्व आणि आत्माला उर्ध्वगती अशी एकच दिशा माहीत असते, त्या दिशेनेच त्याने जाणे क्रमप्राप्त असते. मला त्याविषयी फारसे काही सांगता येणार नाही. त्या अर्थी मी अल्पमती आहे. ही गोष्ट सांगणाऱ्या व्यासांना तू प्रत्यक्ष भेटली होतीस, त्यांच्याकडेच कदाचित याचे उत्तर असू शकेल किंवा प्रत्यक्ष यमदेवांकडे..."

"म्हणूनच मला प्रत्यक्ष यमदेवांकडे जाण्याचा मार्ग दाखवा. माझ्या मुलाच्या प्राणाचे हरण करणाऱ्या यमदेवतेला जाब विचारायचाच आहे."

"मी तुला आधीच सांगितले आहे की हा मार्ग केवळ योग्य शिष्यालाच दाखवणे मला शक्य आहे. केवळ माझ्या किंवा तुझ्या मनात आले म्हणून हे दरवाजे मी उघडू शकत नाही. तू याला माझी मर्यादा समज. ज्याला आपली मर्यादा समजली तोच सर्वात ज्ञानी मानला जातो. त्यातही ज्ञान हे काही सुखाचेच असते असे नाही. मिळालेल्या ज्ञानाच्या प्रकाशझोतामध्ये रोजच्या शरीरातील विखुरलेली आतडी, रक्त, मांस यांचा लगदा सतत स्पष्ट दिसत राहतो. सामान्यांची जेवणावरील वासना उडून जाते. मृत्यूपरांत ज्ञानाच्या प्राप्तीनंतर जीवन तर प्रचंड विचित्र होऊन जाते. जगताना त्याची सावली सतत रोजच्या जगण्यावर पडलेली असणे किती विचक्षण असते, हे शब्दांत सांगता येत नाही."

"महाराज, तुमच्या ज्ञानाचा आणि त्यातील मर्यादांचाही मी आदर करते. पण मी आता थकले आहे. माझ्या मुलाला घेतल्याशिवाय समाजात माघारी जाण्याचे मार्गही नष्ट झाले आहेत. आपणच काही मार्ग, पर्याय सुचवला तर बरे होईल."

"तुझी धडपड, जीवतोड प्रयत्न याने मीही प्रभावित झालो आहे. पण एक लक्षात घे. माणसाला जेवढे मिळाले आहे, ते कधीही पुरेसे वाटत नाही. एखादी गोष्ट प्राप्त करण्यासाठी आयुष्य पणाला लावणाऱ्याला ती गोष्ट प्राप्त झाल्यानंतरचा आनंद केवळ क्षणमात्र टिकतो, हेच खरे. त्याहीपेक्षा पुढचे काही खुणावत राहते. ज्या प्रमाणे मला आता संसारातील ज्ञानाचा मोह होत आहे. आपण काही प्रमाणात एकमेकांकडील ज्ञानाची देवाण घेवाण करू शकतो. मी तुला शक्य तितके मृत्यूनंतरचे ज्ञान देतो. त्यातून तुला आपल्या मुलाचा मृत्यू आणि तपश्चात काय झाले हे जाणून घेता येईल. आणि... आणि मला!"

नचिकेतची जीभ अडखळली. तो आपल्या अडखळत्या स्वरात म्हणाला, "मला मृत्यूच्या स्पर्शाने काळवंडलेले माझे बालपण, तरुणपण पुन्हा जगायचे आहे."

नचिकेतची ही मागणी ऐकताच गोतमी अधिकच विचारात पडली. तिला या ज्ञानी व्यक्तीने अचंबित करून टाकले. किती प्रचंड आवाका आहे याच्या जगण्याचा. अत्यल्प काळात ज्ञानवंत होऊनही त्याला ज्ञानाच्या पुढील कक्षा खुणावत राहताहेत. स्वतःच्या मर्यादा स्पष्ट जाणवून त्यावर मात करण्याची त्याची धडपडही स्पष्ट जाणवत आहे.

पण... पण माझ्याकडे असे काय संसारातील ज्ञान आहे की त्या बदल्यात मला हे सांपराय ज्ञान मिळेल.

"महाराज, मी एक सामान्य, गरीब कुटुंबातील मुलगी, पुढे बऱ्यापैकी कुटुंबाची सून, नवसासायासाने मिळालेले मातृत्व यापलीकडे फारसे अनुभवही माझ्या गाठी नाहीत. ज्यांच्या घरामध्ये भुकेचा डोंब उसळलेला असतो, त्यांना पोटाव्यतिरिक्त अन्य कोणत्याही गोष्टीचे कौतुक असत नाही. प्रत्येक गोष्टीमध्ये याने माझी भूक भागू शकेल का, यापलीकडे कोणताही विचार येत नाही. हेच माझे खरे जगणे होते. पुढे पतीच्या सहवासात काही काळ सुखाचा गेला तरी सासरच्या मागणीप्रमाणे या आनंदालाही पुत्रप्राप्तीच्या विचारांचा हिणकस डाग लागलेलाच असे. नवसाने पुत्र प्राप्त झाला तरी त्याला नागाने डसले. या साऱ्या प्रपंचामध्ये गाणे, संगीत, चित्र, शिल्प आदी जगणे परिपूर्ण करणाऱ्या कला कधी वाट्यालाच आल्या नाही. अर्थात, तशाही त्या केवळ पोटाची भ्रांत भागलेल्या लोकांच्या विरंगुळ्याची साधने असतात. त्यामुळे तुम्हाला देण्यायोग्य संसाराचे परिपूर्ण ज्ञान माझ्याकडे नाही महाराज."

"आणि प्रत्येक वेळी ज्ञानाची देवाण घेवाणच होते असे नाही. शिष्य गुरूला गुरुदक्षिणा देत असला तरी ते ज्ञान प्राप्तीनंतर. आधीच त्याची मागणी करणे हे एखाद्या सौद्यासारखे होते आणि असे सौदे एखाद्या वैश्याला शोभणारे असले तरी आपल्यासारख्या ज्ञानवंताला शोभत नाहीत."

"आपले ज्ञान आपल्यापाशीच लखलाभ असू देत. ज्याचा प्रत्यक्ष जगण्यामध्ये काहीही उपयोग नाही, अशा ज्ञानाचा उपयोग तरी काय?खरेतर आता मी प्रचंड थकले आहे. माझ्या मुलाला मी परत या आयुष्यामध्ये भेटू शकेन, यावरचा विश्वास उडून चालला आहे.

माझ्या मुलाच्या शरीराचे दहन करण्याची इच्छा मनात जागली आहे. तुमच्याप्रमाणे आयुष्यभर मृत्यूच्या स्पर्शाचा दाह घेऊन जगण्यापेक्षा त्याला त्याच्या वाटेने जाऊ द्यावे, ही भावना मनात दाटली आहे. मात्र, साध्या अग्नींच्या महाविक्राळ दाढांमध्ये माझ्या मुलाचे नाजूक शरीर द्यावेसे वाटत नाही. आता फक्त माझ्यावर एक कृपा करा. आपल्याकडील शीतल असा 'नचिकेताग्नी'चा अंश मला द्या. त्या अग्नीने माझा मुलगा

पूर्ण होऊन जावा, हीच इच्छा."

नचिकेतच्या चेहऱ्यावर किचिंतसा आनंद दाटला. त्याच्या बोलण्याचा काहीएक उपयोग झाला, याचे समाधान पसरले. त्याने आपल्या दोन्ही हातांची ओंजळ करून मन त्यावर पूर्ण केंद्रित केले. स्वतःच्या आत्मतत्त्वातून नाचिकेताग्नीची निर्मिती केली. मध्यभागी निळ्या ज्योतीमध्ये प्रत्यक्ष यमदेवता वास करून होती. त्याभोवती यमदेवतेची प्रभावळ पसरलेली होती. तो अग्नी आपल्या ओंजळीतून गोतमीच्या ओंजळीमध्ये टाकला. अग्नी हातामध्ये असूनही सामान्य अग्नीप्रमाणे त्यात कसलाही दाह नव्हता. या फुलासारख्या अग्नीच्या स्वाधीन आपल्या मुलाला करताना तिच्या मनात एक समाधानाची भावना जागृत झाली होती.

माझ्या मुलाला पूर्णत्व मिळाले.
मृत्यूने आयुष्याला पूर्णत्व येते.
ओम पूर्णमदः पूर्णमिदं पूर्णात पूर्ण मुदच्चते।
पूर्णस्य पूर्णमादाय पूर्णमेवावशिष्यते।।
तो पूर्ण आहे.
या पूर्णातून पूर्णच निष्पण्ण होते.
पूर्णातून पूर्ण काढून घेतले तरी पूर्णच शिल्लक राहते.
ओम शांतिः शांतिः शांति।।

मृत्यूला पूर्णविराम मानून त्या आधीचे आयुष्य, जीवन जाणून घेण्याची आवश्यकता गोतमीच्या मनामध्ये जागली. मृत्यूनंतरचे स्वर्ग, आत्मा, त्याचा प्रवास यापेक्षाही आताचे जीवन महत्त्वाचे, हेच सारेजण गोतमीला वेगळ्या वेगळ्या मार्गाने समजून सांगत होते. स्मशानाच्या दरवाजातून बाहेर पडल्यानंतर तिला बुद्धांच्या वचनाचे सूर इथपर्यंत पाठलाग करत असल्याचे लक्षात आले.

बुद्धम् सरणम् गच्छामि....

तिची पावले तिच्याही नकळत तिकडे वळली.

लेखक परिचय

एस. एल. कुलकर्णी

बी. टेक (कृषी अभियांत्रिकी)

एस. एल. कुलकर्णी तथा सतीश कुलकर्णी हे ॲग्रोवन या शेतकऱ्यांसाठी वाहिलेल्या दैनिकामध्ये वरिष्ठ उपसंपादक आहेत. गेल्या पंधरा वर्षापासून शेती, ग्रामीण जीवन आणि तंत्रज्ञान यांविषयावर लेखन करतात. मराठी साहित्य, तत्त्वज्ञान आणि एकूणच वाचनावरील प्रेमापोटी त्यांनी पुणे विद्यापीठातून मराठी साहित्यात पदव्युत्तर पदवी प्राप्त केली आहे. त्यांच्या काही कथा, विज्ञान कथा व लेख प्रकाशित झाले आहेत.

www.ingramcontent.com/pod-product-compliance
Lightning Source LLC
LaVergne TN
LVHW010837051026
849532LV00007B/2741